VƯƠNG QUYỀN

VƯƠNG QUYỀN

VƯƠNG QUYỀN

Nghệ Thuật Giành Và Duy Trì Quyền Lực

Niccolò Machiavelli

Dịch Giả
Ma Trọng Thẩm

MỤC LỤC

Lời Giới Thiệu

Vương Quyền của Niccolò Machiavelli là một trong những cuốn sách nổi tiếng nhất về chính trị từng được viết. Có lẽ, điều khiến quyển sách này trở nên khác biệt so với hàng trăm cuốn sách khác viết về cùng một chủ đề, là Machiavelli mô tả chính trị với những quy tắc riêng không bị ảnh hưởng bởi bất kỳ nguồn nào khác, nơi mục tiêu không phải là để thành công hơn những người khác.

Nói một cách dễ hiểu, Vương Quyền mô tả chính trị theo cách mà các quy tắc duy nhất được áp dụng là những quy tắc mang lại kết quả chiến thắng như mong đợi – mục đích biện minh cho phương tiện.

Vương Quyền phân tích kỹ lưỡng cách thức thâu tóm và duy trì quyền lực. Sách gồm 26 chương có thể chia thành nhiều phần. Chương 1 đến chương 11 mô tả các loại thể chế cơ bản khác nhau. Chương 12 đến chương 14 mô tả các loại quân đội khác nhau cũng như cách hoàng tử phải quản lý và tự ứng xử với tư cách là một nhà lãnh đạo quân sự. Chương 15 đến chương 23 nói về hành vi và cách thức hoàng tử có thể sử dụng để bảo vệ vương quốc của mình lâu dài hơn. Chương 24 đến chương 26 mô tả tình hình chính trị thảm khốc đương thời tại Ý Đại Lợi. Chương cuối là lời cầu xin trực tiếp đến Lorenzo de Medici và gia tộc Medici để cứu nước đất nước ra khỏi nỗi nhục bị bắt làm nô lệ.

Cho đến ngày nay, sau khi đọc xong, người ta tự hỏi liệu một số lời khuyên được đưa ra về cách giành và duy trì quyền lực có bắt nguồn từ những hiện thực xấu xa hay đơn giản chỉ là chủ nghĩa thực tế. Hầu hết mọi người cho rằng một số điều được mô tả trong sách nghe thật chói tai. Nhưng trên thực tế, một trong những lý do khiến cuốn sách này trở nên nổi tiếng là vì những dư luận ồn ào gắn liền với nó. Những điều được đề xuất trong cuốn sách đã dẫn đến việc hình thành cụm từ 'chủ nghĩa quyền thuật' hay trong Anh Ngữ thường được gọi là "Machiavellian".

Khi sử dụng từ Machiavellian, người ta thường dùng nó để chỉ một người nào đó mà họ đang cố gắng chỉ ra những hành vi xảo quyệt, ranh ma, mưu mô, gian dối và vô đạo đức của người đó.

Bản chất chính trị của Machiavelli, như được mô tả trong sách, là con người có thể thoát khỏi bất cứ thứ gì, kể cả giết người, nếu họ thành công trong nỗ lực chính trị của mình. Chỉ những người thua cuộc mới bị trừng phạt vì hành động của họ.

Mặc dù không hiệu quả trong việc tranh luận chống lại quan niệm xấu xa do quyển sách gây ra, nhưng cần lưu ý rằng Machiavelli (theo các học giả) không phải là một ác nhân dạy các tà thuyết. Thật khác xa với quan điểm này, như câu chuyện đời tư của ông sẽ cho ta thấy ông chỉ thành công ở mức độ vừa phải trong sự nghiệp chính trị của mình. Khi thực hiện các công việc của mình thì Machiavelli tỏ ra rụt rè và chỉ ở khía cạnh văn chương chúng ta mới thấy một sự táo bạo dám chinh phục bằng bất cứ cách nào cần thiết.

Ngay cả ở thời điểm đó, người ta vẫn chưa biết đến hàm ý khắc nghiệt của những lời khuyên trong sách. Vào lúc ông viết sách này, hầu hết các đấng nam nhi sống bằng kiếm và chết bởi nó – sanh nghề tử nghiệp. Vì vậy, những gì chúng ta coi là "Machiavellian" trong thời đại này hẳn là rất bình thường đối với họ. Machiavelli rõ ràng là một người có óc quan sát tuyệt vời, nhạy bén và tài giỏi. Ông đã ghi lại mọi thứ đang xảy ra trước mắt và đưa ra những nhận xét của mình dựa trên những hiện thực đó.

May thay, rất nhiều nghiên cứu đã thực hiện để giúp chúng ta hiểu được tâm trí và diễn giải việc làm của ông hợp lý hơn. Những nhà nghiên cứu này nói rằng Machiavelli thích các nền cộng hòa hơn chế độ quân chủ và không ủng hộ chế độ chuyên chế độc tài toàn trị và sự tàn ác liên quan. Ngoài ra, họ cho rằng lời cầu xin nhiệt thành của ông cho sự giải cứu nước Ý trong chương cuối cùng không phù hợp với thẻ ma quỷ mà người đời thường gắn cho ông. Các học giả này cũng tin rằng ông là một trong những người đi đầu của khoa học chính trị hiện đại.

Tất cả những điều này, khi kết hợp với nhau, cho thấy Machiavelli là một nhà cộng hòa, người yêu nước và một chuyên gia khoa học chính trị. Một hình ảnh nhẹ nhàng trái ngược hẳn với danh tiếng mà người đời gắn cho ông là Machiavellian, rốt cuộc không phải là Machiavellian! Dù thế nào, có một điều mà chúng ta có thể thu thập được từ tất cả những điều này là Machiavelli là một bí ẩn mà mọi người nên có cơ hội hình thành ý kiến cá nhân của riêng mình.

Mặc dù đã hơn 500 năm trôi qua kể từ khi tác phẩm Vương Quyền được xuất bản, một số vấn đề được viết trong sách vẫn còn liên quan và thú vị để tranh luận cho đến ngày nay. Đó là vì, mặc dù hiện thời các chế độ hoàn toàn quân chủ đã bị mai một (ngoại trừ một số quốc gia châu Âu và châu Á), nhưng cốt lõi các thực thể quốc gia vẫn còn tồn tại những vấn đề tương tự giữa người cầm quyền và các chính sách cai trị.

Như hiện tại, mặc dù hầu hết các quy tắc ứng xử được mô tả trong cuốn sách là dành cho những người sống trong thời Machiavelli, nhưng chúng ta không thể loại trừ hoàn toàn vì đã lỗi thời.

Machiavelli đã vẽ ra những điểm tương đồng giữa các sự kiện lịch sử và con người, và sử dụng chúng để minh họa các luận thuyết do ông đề xuất về chính phủ và cách họ phải ứng xử. Một số điểm tương đồng đó vẫn còn áp dụng cho thế giới ngày nay.

Loại bỏ các vấn đề quốc gia, một số trong số đó vẫn còn gây hại cho một số quốc gia tại châu Âu và châu Á đang thực hành chế độ quân chủ, có một số sự thật đã được chứng minh khi đọc cuốn sách.

Ví dụ, con người vẫn là nạn nhân của sự ngu ngốc và tham lam như bạn sẽ thấy trong câu chuyện về giáo hoàng Alexander đệ lục. Sự suy đồi và băng hoại của giáo hội cũng có thể được nhìn nhận qua hành vi của vị giáo hoàng này. Tôn giáo ngày nay vẫn còn che giấu những tệ nạn, chẳng hạn như những tệ nạn mà Machiavelli đã phơi bày trong nhân vật Ferdinand của Aragon.

Khi phân tích tính cách bẩm sinh của con người, Machiavelli chỉ ra rằng con người không thích nhìn mọi thứ như thực tế mà sẽ chọn cách lừa dối bản thân bằng cách nhìn nó như họ mong muốn. Kết quả của loại tâm lý này thường là sự hủy hoại, như có thể được chứng minh bằng các sự kiện lịch sử trong cuốn sách này.

Ông cũng lưu ý rằng mọi người có thể hay thay đổi và tình cảm của họ dễ bị mua chuộc bởi vì họ chỉ đầu tư cho quyền lợi cá nhân của mình. Miễn là phong phú, bạn sẽ không bao giờ thiếu những người ủng hộ mình. Tuy nhiên, khi rơi vào thời điểm khó khăn, bạn sẽ khó tìm được ai đó đứng bên cạnh mình. Mọi người sẽ ngưỡng mộ sự hào phóng, trung thành, can đảm và danh dự ở người khác nhưng sẽ hiếm khi tự thể hiện những đặc điểm đó.

Về chính trị, ông lưu ý rằng không có một con đường nào hoàn toàn an toàn để thực hiện. Tuy nhiên, trách nhiệm của những người làm chính trị là lập biểu đồ cho tất cả các rủi ro có thể xảy ra và chọn một trong những rủi ro ít nguy hiểm nhất. Ông cũng lưu ý rằng mặc dù sự bạo tàn và gian ác có thể giành được cho những người dấn thân vào chính trị để có một ngôi vàng, nhưng phần thưởng duy nhất mà họ nhận được sẽ là ô nhục thay vì vinh quang.

Với thiện chí đó, ông cũng đề cập rằng bất kỳ người cai trị nào muốn tiếp tục nắm quyền, người đó phải tránh bị người dân ghét bỏ. Điều này không có nghĩa là người cai trị phải được dân chúng yêu thương hoàn toàn, vì thực tế kẻ cai trị được tôn kính là vì lợi ích tốt nhất của ông ta chứ không phải là được yêu mến bởi quần chúng của mình. Thiện chí là cách bảo vệ tốt nhất của người cai trị chống lại những kẻ nổi dậy trong nước và những cuộc tấn công từ bên ngoài. Không ai ủng hộ người cai trị hơn là những kẻ được hưởng lợi từ chính phủ đó. Mặt khác, khi một người cai trị hoàn toàn bị người dân của mình ghét bỏ, điều này sẽ dẫn đến sự sụp đổ hoàn toàn của chính quyền ông ta.

Phần này của cuốn sách có thể mâu thuẫn với những gì ông nói về việc sử dụng sự tàn nhẫn để cai trị, nhưng Machiavelli nói rằng tàn nhẫn một chút cũng không sao, miễn là không ảnh hưởng đến thiện chí của người dân. Ông cảnh báo những người cai trị không nên làm những điều dẫn đến hận thù.

Với những ví dụ này, Machiavelli đưa ra một cái nhìn cân bằng về cái tốt, cái xấu và cái bẩn của chính trị khi chúng diễn ra trước mặt ông. Nếu có lẽ, những điều được viết trong cuốn sách là ma quỷ và tàn nhẫn thì đây là một chức năng của thời đại mà các nhà văn tìm thấy ở chính mình chứ không phải phản ánh tính cách cá nhân của ông ta.

Cuốn sách không chứa một lời khuyên đạo đức nào về những gì chính quyền nên làm để tự giữ mình theo những nguyên tắc cao nhất của xã hội bởi vì đó là một khái niệm xa lạ với thời đại Machiavelli ở châu Âu. Ngoài việc là một tác phẩm nghệ thuật kể lại các sự kiện lịch sử từ quan điểm chính trị, điều nổi bật nhất mà sự thật không thể chối cãi là về cách các nhà cai trị nên liên kết với thần dân và các quốc gia láng giềng của họ.

Khi dịch cuốn sách này, mục đích của tôi là giữ nguyên nghĩa đen như bản gốc đồng thời sử dụng nhiều thuật ngữ bình dân dễ hiểu. Hầu hết các từ ngữ của ông ta đã được lựa chọn một cách cẩn thận để truyền tải chính xác thông điệp mong muốn của mình. Giọng văn của ông ta, trong hầu hết các phần của cuốn sách, rất rõ ràng và nghiêm túc, và tôi hy vọng rằng tôi có thể vượt qua điều đó.

Tôi muốn nhắc lại rằng Machiavelli là một bí ẩn nên được khám phá tốt nhất qua trải nghiệm của riêng bạn. Vì vậy, hãy gác lại tất cả những gì bạn đã đọc hoặc đã nghe phê bình về ông ta và cố gắng đọc cuốn sách này với một tâm hồn cởi mở.

Tôi hy vọng rằng trong sự háo hức khi đọc cuốn sách này để hiểu được ý định của tác giả, bạn có thể bỏ qua một số điểm thô trong ngôn ngữ được mô tả vì nó đến từ việc hợp nhất giữa hai thực tế khác nhau thành một.

Đôi Hàng Về Niccolò Machiavelli

Niccolò di Bernardo dei Machiavelli sinh ngày 3 tháng 5 năm 1469 tại Florence, nước Ý và mất cũng tại cùng thành phố này vào ngày 21 tháng 6 năm 1527, ở tuổi 58. Cha ông là luật sư, Bernado di Niccolò Machiavelli và mẹ là Bartolomea di Stefano Nelli. Niccolò Machiavelli là con thứ ba và là con trai đầu trong gia đình sáu người. Ba anh chị em khác của ông được đặt tên là Primavera, Margherita và Totto.

Niccolò Machiavelli lớn lên ở quận Santo Spirito trong một gia đình rất nổi tiếng. Niccolò là một cậu bé thông minh. Ông bắt đầu học tiếng La Tinh từ năm 7 tuổi và đến năm 12 tuổi, ông đã dịch thành công một vài tác phẩm bản địa sang tiếng La Tinh. Một số tác giả tiếng La Tinh mà Machiavelli đã đọc từ thời thơ ấu của mình bao gồm Platus, Terence, Caesar, Cicero, Sallust, Virgil, Lucretius, Tibullus, Ovid, Seneca, Tacitus, Priscian, Macrobius và Livy. Tuy nhiên, hai tác giả người Ý yêu thích của ông là Dante và Petrarch.

Khi Machiavelli lên mười hai tuổi, ông cùng với em trai đến học với Paolo da Ronciglione, một giáo sư linh mục nổi tiếng, người đã hướng dẫn nhiều ngành khoa học nhân văn đương thời. Machiavelli cũng đang trên con đường trở thành một trong số họ.

Vào năm 29 tuổi, Machiavelli làm việc tại văn phòng thủ tướng. Trong văn phòng viết văn thời trung cổ này, ông phụ trách việc soạn thảo các tài liệu chính thức cho chính phủ Florentine. Ít lâu sau, ông làm thư ký cho Dieci di Libertà e Pace. Năm 1502, Machiavelli gặp Cesare Borgia lần đầu tiên. Cùng năm đó, ông cũng kết hôn với vợ mình, Marietta Corsini. Cùng nhau, họ có tám người con tên là Bernado, Primerana (chết khi còn nhỏ), một cô con gái không tên (cũng chết khi còn trẻ), Baccina, Ludovico, Piero, Guido và Totto.

Trong lúc Medici mất quyền lực, Machiavelli tiếp tục đột phá trong sự nghiệp của mình. Ông phụ trách lực lượng dân quân Florentine từ 1503 đến 1506. Năm 1507, Machiavelli được bổ nhiệm làm thủ tướng cho Nine, một ủy ban mới được thành lập liên quan đến lực lượng dân quân. Năm 1509, Machiavelli chỉ huy binh lính dân sự Florentine đánh bại Pisa.

Tuy nhiên, trong cuộc chiến dày đặc ở Ý vào năm 1512, Medici trở lại và được sự hỗ trợ bởi giáo hoàng Julius II, sử dụng quân đội Tây Ban Nha đánh bại quân Florentine ở Plato. Florence đầu hàng và gia tộc của Medici trở lại quyền lực.

Sau chiến thắng của Medici, chính phủ và nước cộng hòa Florentine bị giải thể. Machiavelli cũng bị tước bỏ địa vị chính trị và bị kết án giam giữ một năm trong lãnh thổ Florentine.

Năm 1513, Medici buộc tội Machiavelli âm mưu chống lại chính quyền và ông bị bắt giam. Ông bị xét xử vì tội âm mưu chống chính quyền, bị cầm tù và bị tra tấn. Trong ba tuần, những người cai ngục đã treo cổ tay ông ta ra sau lưng, buộc cánh tay phải giữ toàn bộ trọng lượng cơ thể cho đến khi ông bị trật khớp vai. Ngay cả khi bị tra tấn và ngược đãi, Machiavelli vẫn phủ nhận việc mình tham gia vào âm mưu chống chính quyền và cuối cùng được thả.

Sau khi được trả tự do, Machiavelli nghỉ hưu nơi điền trang của mình tại Sant'Andrea ở Percussina, gần San Casciano ở Val di Pesa. Ông dành thời gian nghỉ hưu của mình để nghiên cứu và viết các hiệp ước chính trị.

Vào ngày 10 tháng 12 năm 1513, Machiavelli viết thư cho người bạn, Francesco Vettori, để kể về cuốn sách mới mà ông đã dày công viết. Cuốn sách này cuối cùng trở thành tác phẩm triết học nổi tiếng nhất của ông, có tựa đề là Vương Quyền (The Prince). Trong giai đoạn này, ông cũng bắt đầu viết các bài phát biểu về Livy. Trong những năm sau đó, ông cùng với Orti Oricellari tham dự các cuộc thảo luận văn học và triết học trong khu vườn của gia đình Rucellai.

Năm 1518, Machiavelli viết vở kịch nổi tiếng nhất của mình, Mandragola. Ông cũng dành 1519-1520 để viết quyển Nghệ Thuật Chiến Tranh (The Art of War) và quyển sách này được đón nhận nồng nhiệt ở Florence và Rome khi xuất bản. Năm 1520, ông được phái đi cùng với một phái đoàn bộ ngoại giao nhỏ đến Lucca, nơi ông viết về cuộc đời của Castruccio Castracani. Cuối cùng, Giuliano de 'Medici đã trao cho ông một chức vụ tại đại học Florence với tư cách là nhà sử học chính thức của thành phố. Giuliano cũng ủy quyền cho ông viết lịch sử Florentine mà ông đã hoàn thành vào năm 1525. Machiavelli cũng chỉ đạo sản xuất Clizia đầu tiên vào tháng 1 năm 1525.

Machiavelli qua đời vào ngày 21 tháng 6 năm 1527 và được chôn cất tại nhà thờ Florentine ở Santa Croce.

CHƯƠNG 1

Các Loại Quốc Gia Khác Nhau Và Làm Thế Nào Để Thu Phục Chúng

Tất cả các quốc gia trên thế giới đều thực thi một trong hai hệ thống lãnh đạo - cộng hòa hoặc quân chủ.

Các chế độ quân chủ hoặc cha truyền con nối (trong đó danh hiệu được truyền lại thông qua huyết thống của một gia đình đã trị vì nhiều năm) hoặc hoàn toàn mới. Các chế độ quân chủ hoặc hoàn toàn mới, như xứ Mỹ Lan của Francesco Sforza,[1] hoặc được sáp nhập vào một nền quân chủ do cha truyền con nối của hoàng tử đã thâu nó, như vua Tây Ban Nha[2] thâu tóm vương quốc Naples.

Các vương quốc được thâu tóm, hoặc nhập vào một chế độ quân chủ mới và sống trong tự do hoặc sống dưới sự cai trị của nhà cầm quyền. Các vương quốc chiếm được bị chinh phục bởi tài sản hoặc tài năng được thể hiện bởi quân đội của người cai trị hoặc bởi quân đội ngoại bang.

CHƯƠNG 2

Chế Độ Quân Chủ
Gia Truyền

Từ giờ trở đi, tôi sẽ bỏ mọi thứ về các nền cộng hòa để chỉ tập trung vào chế độ quân chủ. Tuân theo trật tự đó, bây giờ tôi sẽ thảo luận về cách quản lý và bảo tồn chế độ quân chủ.

Việc duy trì chế độ quân chủ do cha truyền con nối sẽ dễ dàng hơn, đặc biệt là khi người dân đã quen sống với gia đình của vị hoàng tử mới này hơn so với những người mới khác. Điều này là do hầu hết mọi người thích sự ổn định của các phong tục mà họ đã quen hơn là với các chính sách mới của một gia tộc cầm quyền mới. Tất cả những gì hoàng tử cần làm là giữ gìn phong tục của người tiền nhiệm và cẩn thận giải quyết các xung đột khi chúng phát sinh. Trừ khi bị ảnh hưởng bởi các điều bất thường hoặc quá độ, tất cả những gì mà vị hoàng tử mới phải làm là duy trì bản thân trong trạng thái này. Bằng cách này, nếu bị mất ngai vàng, hoàng tử sẽ dễ dàng lấy lại khi kẻ soán ngôi gặp bất hạnh.

Ví dụ, ở Ý, chúng ta có công tước Ferrara,[3] người đã không thể chống lại các cuộc tấn công của người Venice vào năm 1484 và giáo hoàng Julius[4] vào năm 1510 nếu quyền lực chưa được thiết lập từ lâu. Bằng cách gắn bó với những truyền thống cũ, hoàng tử kế vị có ít lý do để làm mất lòng dân chúng, và có lẽ, ít cần phải làm như vậy hơn. Trừ khi hoàng tử làm điều gì đó cực kỳ xấu xa khiến mình bị ghét bỏ, bằng không, khuynh hướng tự nhiên của dân chúng là đối xử tốt với hoàng tử. Thời gian cai trị của hoàng tử càng lâu, ý chí thay đổi từ dân chúng càng ít, vì một thay đổi này thường mở màng cho một thay đổi khác.

CHƯƠNG 3

Chế Độ Quân Chủ Hỗn Hợp

Mặt khác, những khó khăn sẽ luôn nảy sinh trong một chế độ quân chủ mới, đặc biệt là trong một chế độ quân chủ hỗn hợp, nơi một chế độ quân chủ mới được bổ xung vào một chế độ cũ. Hầu hết những khó khăn này đều xuất phát từ những vấn đề vốn có với tất cả các chế độ quân chủ mới.

Khi mọi người tự nguyện thay đổi người cai trị, họ làm như vậy, hy vọng rằng mọi thứ sẽ tốt hơn cho họ. Hy vọng này khiến họ cầm vũ khí chống lại những kẻ cai trị hiện tại. Tuy nhiên, điều đó là lừa dối vì họ sẽ trải nghiệm rằng mọi thứ thường đi từ xấu đến tồi tệ dưới sự lãnh đạo mới. Đây là kết quả tự nhiên và cần thiết đối với những người ủng hộ tân hoàng tử sẽ phải gánh chịu các gian khổ vô hạn dưới chế độ mới.

Bên cạnh những người ủng hộ bất mãn, những người phải chịu đựng các khó khăn dưới sự cai trị mới, hoàng tử cũng phải lo lắng về việc tạo ra phẫn nộ từ những người đã bị tổn thương trong việc đánh chiếm lãnh thổ của họ. Hoàng tử không thể giữ những người ủng hộ đã mang lại cho mình địa vị mới vì không đáp ứng được điều kiện của họ và cảm thấy bị ràng buộc vì họ là ân nhân của mình cho nên hoàng tử không thể sử dụng các biện pháp mạnh đối với những người này. Mặc dù hoàng tử có thể có một đội quân anh dũng, hoàng tử vẫn cần sự hợp tác với thần dân của mình nếu muốn giữ vững lãnh thổ mới.

Vì những lý do trên, khi Louis thứ mười hai,[5] vua nước Pháp, nhanh chóng chiếm được Mỹ Lan và đã nhanh chóng để mất nó. Với phản công đầu tiên, lực lượng riêng của Lodovico Sforza[6] đã đủ để đánh bật vua nước Pháp ra khỏi thành phố Mỹ Lan. Những người mở cửa cho Louis thấy mình bị lừa gạt với hy vọng về lợi ích trong tương lai và không thể chịu đựng được sự đối xử tàn nhẫn của vị hoàng tử mới này.

Sự thật là sau lần trấn áp thứ hai, họ sẽ không dễ dàng mất lãnh thổ vì hoàng tử, với một chút miễn cưỡng, đã lợi dụng các cuộc nổi dậy để trừng phạt những kẻ nổi loạn, xóa bỏ nghi ngờ và củng cố địa vị của mình ở những nơi yếu nhất. Tất cả những gì người Pháp để thua Mỹ Lan lần đầu tiên là để công tước Lodovico gây ra tình trạng hỗn loạn ở biên giới. Tuy nhiên, lần thứ hai đòi hỏi sự hợp tác của cả thế giới để chống lại chúng.

Mỹ Lan đã được giành lại từ Pháp sau cả nỗ lực đầu tiên và thứ hai trong việc chinh phục nó. Lý do đằng sau sự thất bại lần đầu tiên đã được thảo luận; bây giờ, chúng ta sẽ thảo luận về những lý do đằng sau sự thất bại thứ hai trong việc xem xét các nguồn lực mà vua Pháp có theo ý của mình và cách ông có thể nắm giữ quyền lực một cách an toàn trong quá trình này.

Các lãnh thổ cũ thâu tóm được các lãnh thổ mới, cho dù chúng có cùng quốc gia và nói cùng một ngôn ngữ hay không. Khi chúng giống nhau, việc giữ các lãnh thổ mới lại với nhau sẽ dễ dàng hơn, đặc biệt là khi chúng mới thành lập chính phủ tự trị. Gia tộc cai trị cũ trước tiên phải bị tiêu diệt để cả hai bên có thể giữ các quy tắc và phong tục cũ khi họ sống cùng nhau, duy trì sự ổn định và an toàn.

Ví dụ về thực hành này có thể được nhìn thấy ở Brittany, Burgundy, Gascony, và Normandy, gắn liền với Pháp trong một thời gian rất dài. Mặc dù có sự khác biệt về ngôn ngữ nhưng phong tục tập quán vẫn giống nhau và người dân dễ dàng giao lưu với nhau.

Một hoàng tử muốn giữ được ngai vàng chỉ cần lưu ý hai điều. Thứ nhất, ông ta phải tiêu diệt gia tộc hoàng gia cũ. Thứ hai, ông ta không cần phải thay đổi luật pháp hay thuế của họ, vì vậy trong một thời gian rất ngắn, họ sẽ hoàn toàn hòa nhập vào lãnh thổ cũ.

Việc quản lý các vùng lãnh thổ thâu được ở các quốc gia có sự khác biệt về ngôn ngữ, phong tục hoặc luật pháp là một việc khó khăn và đòi hỏi một chút may mắn cũng như nhiều nỗ lực. Một cách để giải quyết vấn đề này là nếu hoàng tử quyết định sống trong cùng lãnh thổ để đảm bảo vị trí của mình. Trong khi ở đó, hoàng tử có thể phát hiện ra các vấn đề ngay lập tức và khắc phục chúng. Nếu hoàng tử không sống trong lãnh thổ thì ông có thể dễ dàng bỏ qua các vấn đề cho đến khi chúng trở nên quá nghiêm trọng để khắc phục.

Một lợi ích khác của việc để hoàng tử cư trú trên lãnh thổ giành được của mình là ngăn chặn kịp thời các quan chức lạm dụng thần dân mới của mình và việc tiếp cận dễ dàng khiến người dân hài lòng. Hoàng tử cần cung cấp cho thần dân của mình nhiều lý do để họ yêu thương mình trong khi vẫn duy trì sự sợ hãi. Bất kỳ ngoại bang nào muốn tấn công vào lãnh thổ này cũng phải hết sức lo sợ. Chỉ cần hoàng tử cư trú ở đó, người khác sẽ rất khó soán ngôi.

Bằng cách này, chỉ một số ít công dân sẽ bị xúc phạm vì hoàng tử lấy đất và nhà để cung cấp cho những người nhập cư mới. Các bên bị xúc phạm, một khi nghèo nàn và phân tán thì không thể làm bất cứ điều gì để gây hại cho hoàng tử. Trong khi những người không bị ảnh hưởng khác sẽ giữ im lặng để đảm bảo họ không bị mất đất và nhà.

Đối với tôi, việc tạo ra những khu định cư này không tốn kém nhưng giúp hoàng tử có thêm lòng trung thành và ít gây hại cho mình. Như đã nói, những người bị ảnh hưởng là người nghèo, sống rải rác và không thể gây ra bất kỳ thiệt hại nào. Tuy nhiên, điều quan trọng cần lưu ý là con người cần được đối xử tử tế hoặc hoàn toàn bị đè bẹp vì trong khi họ có thể trả thù nhỏ, nhưng không thể trả thù lớn. Khi hoàng tử muốn làm hại ai đó thì tự mình phải chắc chắn không sợ bị họ trả thù.

Nếu hoàng tử chọn giữ một phần quân đội của mình trong lãnh thổ thay vì để những người nhập cư định cư thì ông sẽ phải tốn kém nhiều hơn để làm như vậy, khiến cả quốc gia rơi vào cảnh mất mát. Sự mất mát này cũng có thể dẫn đến báo động quốc gia vì toàn bộ lãnh thổ đều cảm nhận được điều đó. Những binh sĩ thường xuyên chuyển trại, khiến người dân cảm thấy khó khăn, thù địch và thậm chí là căm thù. Những công dân này có thể nhanh chóng biến thành kẻ thù mặc dù họ đã bị đánh bại trên phần đất của mình, họ vẫn có thể gây thiệt hại. Khi hoàng tử cân nhắc những ưu và khuyết điểm, rõ ràng thì duy trì một đội quân trong một lãnh thổ đã chiếm được là vô ích, trong khi các khu định cư thuộc địa có những đặc quyền của họ.

Mặt khác, một hoàng tử cai trị một vùng lãnh thổ với các ngôn ngữ, phong tục và luật pháp khác nhau phải trở thành người đứng đầu và bảo vệ các nước láng giềng yếu hơn. Hoàng tử cũng phải làm suy yếu các vùng lãnh thổ mạnh xung quanh mình và cẩn thận không để bất kỳ người nước ngoài nào mạnh ngang bằng đặt chân lên đất của mình, dù do tình cờ hay do thiết kế. Rõ ràng là việc đưa những người nước ngoài có thế lực vào vùng đất này có thể được thực hiện bởi những người không hài lòng với người cai trị, tham vọng hoặc sợ hãi. Ví dụ, người La Mã được người Aetolians[7] đưa vào Hy Lạp và ở mọi lãnh thổ khác nơi họ có được chỗ đứng, họ được người dân địa phương đưa vào.

Thông thường, khi một người nước ngoài hùng mạnh xâm nhập vào lãnh thổ, tất cả các thần dân đều bị thu hút bởi người này do lòng căm thù mà họ nuôi dưỡng đối với kẻ cai trị hiện tại. Việc một người nước ngoài xâm lược chiếm lãnh thổ này là điều khá dễ dàng vì tất cả thần dân sẽ nhanh chóng ủng hộ đất nước mà người nước ngoài đã chiếm được.

Tất cả những gì hoàng tử phải làm là đảm bảo rằng các thần dân không nắm giữ quá nhiều thế lực và quyền hạn. Với sự hợp tác của họ và lực lượng vũ trang của mình, hoàng tử có thể dễ dàng hạ gục những kẻ mạnh nhất trong số họ để hoàn toàn làm chủ lãnh thổ. Nếu không quản lý tốt điều này, hoàng tử có thể nhanh chóng mất đi lãnh thổ trước khi đối mặt với vô vàn khó khăn và rắc rối.

Người La Mã đã sử dụng những nguyên tắc này trên tất cả các vùng lãnh thổ mà họ chiếm giữ. Họ thiết lập các khu định cư và duy trì quan hệ hữu nghị với các cường quốc nhỏ mà không cần gia tăng quyền lực của họ. Họ đè bẹp những kẻ mạnh hơn và không cho bất cứ thế lực ngoại bang nào giành được quyền lực.

Ví dụ, với Hy Lạp, chính phủ La Mã đã nuôi dưỡng người Achaeans và người Aetolian, làm suy yếu vương quốc Macedonia và đánh đuổi tướng Antiochus. Mặc dù quốc gia của người Achaeans đã được khen thưởng nhưng người La Mã vẫn từ chối cho phép đất đai của người Achaeans được củng cố.

Vua Philip rất thuyết phục và vẫn thân ái với người Do Thái nhưng trong giới hạn hợp lý. Tướng Antiochus mạnh đến đâu không quan trọng; người La Mã không cho phép ông ta giữ bất kỳ vùng đất tư nhân nào trong lãnh thổ. Do đó, người La Mã đã hành động theo các nguyên tắc mà tất cả các hoàng tử cẩn thận phải tuân theo - không chỉ quan tâm đến các vấn đề hiện tại mà còn dự phòng cho những rắc rối trong tương lai.

Khi các vấn đề được ghi nhận trước khi chúng xảy ra thì sẽ rất dễ dàng sửa chữa. Nếu hoàng tử đợi cho đến khi vấn đề đến rồi mới tìm cách giải quyết thì có lẽ đã quá muộn.

Các bác sĩ cho biết, sốt nặng dễ chữa nhưng khó phát hiện. Nếu không được phát hiện hoặc điều trị kịp thời, đến thời điểm đã phát sốt thì rất khó chữa khỏi. Điều tương tự cũng áp dụng cho các công việc quốc gia. Khi dự đoán được các vấn đề có thể xảy ra, việc ngăn chặn hiện trạng trở nên dễ dàng hơn. Tuy nhiên, nếu không để ý, chúng sẽ lan nhanh thành một thảm họa mà ai cũng thấy nhưng không thể ngăn cản.

Vì vậy, người La Mã, dự đoán được những rắc rối, đã xử lý chúng ngay lập tức. Họ sẽ không cho phép những vấn đề đó có thể xảy ra, cho dù là để tránh một cuộc chiến tranh. Vì họ biết rằng không thể tránh được chiến tranh, nó chỉ dừng lại để có lợi cho kẻ thù. Vì lý do này, họ đột ngột tuyên chiến với Philip và Antiochus trên đất Hy Lạp để tránh phải chiến tranh ở Ý.

Mặc dù vào thời điểm đó, hai cuộc chiến này có thể tránh được, nhưng người La Mã vẫn cố tình khơi mào chúng. Hành vi này sẽ mãi nằm trên môi của các triết gia đương thời, những người đã nói, "chúng ta hãy tận hưởng lợi ích của thời gian cũng như lợi ích của sự dũng cảm và trí tuệ của chúng, bởi vì thời gian thúc đẩy mọi thứ trước đây và mang theo nó tốt cũng như xấu và xấu cũng như tốt".

Bây giờ chúng ta hãy quay trở lại Pháp để xem liệu họ có tuân theo bất kỳ nguyên tắc nào mà tôi đã đề cập đến mà một hoàng tử xâm lược phải tuân theo không. Tôi sẽ bắt đầu với Louis thứ mười hai, không phải vua Charles IIX,[8] một sự lựa chọn rõ ràng nhất bởi vì ông ấy đã nắm giữ nước Ý lâu hơn. Louis thứ mười hai đã làm ngược lại những gì phải làm để duy trì một quốc gia bao gồm các yếu tố khác nhau. Vua Louis đã được đưa vào Ý bởi những người Venice đầy tham vọng với điều kiện ông phải trao cho họ một nửa lãnh thổ Lombardy.

Người ta không thể đổ lỗi cho nhà vua về đường lối hành động của ông bởi vì để tìm kiếm một chỗ đứng ở Ý mà không có bạn bè cũng như đồng minh ở đó (mọi cánh cửa đã đóng lại với ông do hành vi của cha ông), ông buộc phải chấp nhận bất kỳ liên minh và tình bạn nào mà ông có thể có được. Ông ta sẽ nhanh chóng thành công với thiết kế của mình nếu không mắc lỗi với những vấn đề khác.

Nhà vua sau khi chiếm được Lombardy đã có thể ngay lập tức lấy lại quyền hành mà vua cha đã đánh mất. Thành phố Genoa đầu hàng và người Florentine trở thành đồng minh. Hầu tước Mantua, công tước Pharra, gia đình Bentivogli, nữ bá tước Forli, các hoàng tử Faenza, Pesaro, Rimini, Camerino, Piombino, các công dân của Lucca, Pisa và Siena - tất cả dường như trở thành đồng minh và bạn bè của ông ta. Đến lúc đó, người dân Venice đã bắt đầu thấy quyết định của họ là hấp tấp. Khi tìm cách kiểm soát một nửa các thành phố Lombardy, họ đã giúp vua cai quản chặt chẽ hai phần ba lãnh thổ nước Ý.

Bây giờ chúng ta hãy xem làm thế nào nhà vua có thể giữ vị trí của mình ở Ý mà không gặp khó khăn gì nếu ông ấy tuân thủ các quy tắc đã nêu trước đó và giữ cho tất cả các đồng minh của mình được an toàn và bảo vệ. Mặc dù các vùng lãnh thổ rất nhiều, nhưng chúng quá yếu và sợ hãi để làm bất cứ điều gì không cần thiết. Một số sợ nhà thờ, trong khi những người khác sợ người Venice. Sự sợ hãi và yếu đuối này đã buộc họ phải sát cánh cùng nhà vua và có thể dễ dàng cho ông ta một chỗ đứng an toàn trước các thế lực hùng mạnh khác.

Tuy nhiên, ngay khi nhà vua lần đầu tiên vào thành phố Mỹ Lan, ông đã làm ngược lại bằng cách ngay lập tức giúp giáo hoàng Alexander[9] chiếm vùng đất Romagna - một động thái mà ông không hề hay biết sẽ làm suy yếu ông và khiến ông mất đồng minh. Ông đã vô tình củng cố giáo hội bằng cách tăng thêm nhiều quyền năng vật chất vào tâm linh và trao cho giáo hội nhiều quyền hành hơn.

Sau khi nhà vua mắc lỗi đầu tiên, ông buộc phải theo dõi nó, do đó, càng mắc nhiều lỗi hơn. Để chấm dứt tham vọng của giáo hoàng Alexander và ngăn giáo hoàng sở hữu Tuscany, ông buộc phải tự mình đến Ý. Trở nên không hài lòng với bao nhiêu quyền lực mà ông đã trao cho nhà thờ và nó đã khiến bạn bè và đồng minh của ông phải trả giá như thế nào, ông chiếm lấy vương quốc Naples và phải chia nó với vua Tây Ban Nha. Nơi ông từng là người cai trị duy nhất của Ý, giờ đây ông phải đồng cai trị với một người khác, một đối thủ mà bất kỳ kẻ tham vọng nào trong vương quốc của ông hoặc bất kỳ ai không hài lòng với sự cai trị của Louis đều có thể tập hợp lại.

Louis có thể rời Naples trong sự chăm sóc của một vị vua bù nhìn do chính ông ta lựa chọn; thay vào đó, ông ta tự ném mình ra ngoài và thay thế mình bằng một người có khả năng đuổi Louis ra khỏi lãnh thổ.

Ai cũng biết rằng tất cả mọi người đều có khả năng thể hiện lòng tham và sẵn sàng chinh phục nếu họ có thể. Những người hành động theo mong muốn này và thành công nên được khen ngợi, không bị đổ lỗi. Nhưng nếu họ không thể chinh phục và vẫn cố gắng làm điều đó, đây là sự ngu ngốc và đáng trách. Nếu Louis có thể tấn công Naples bằng chính lực lượng của mình thì lẽ ra ông phải làm như vậy. Nhưng nếu ông ta không thể, các vương quốc lẽ ra đã không bị chia cắt với người Tây Ban Nha. Có thể hiểu và lý giải được rằng ông ta phải chia tách Lombardy với người Venice vì nó đã tạo cho ông một chỗ đứng vững chắc ở Ý. Tuy nhiên, việc chia Naples với Tây Ban Nha là một sai lầm ngớ ngẩn mà ông nên bị đổ lỗi vì điều đó không cần thiết.

Louis đã mắc năm sai lầm lớn. Ông ta tiêu diệt các thế lực nhỏ, gia tăng quyền lực của một trong những cường quốc lớn hơn ở Ý, đưa một thế lực ngoại bang đối địch với ông ta vào lãnh thổ, không cư trú trên lãnh thổ mình chiếm được và cuối cùng, ông ta không gửi người thuộc địa để định cư. Tuy nhiên, khi còn sống, tất cả những sai lầm này có lẽ đã không gây hại nếu ông không mắc phải sai lầm thứ sáu là tước đi quyền lực của người Venice.

Vì nếu ông ta không tăng cường quyền lực cho nhà thờ hoặc không đưa Tây Ban Nha vào Ý thì việc làm suy yếu người Venice là điều cần thiết và hợp lý. Nhưng khi mắc phải những sai lầm này, lẽ ra ông ta không nên đồng ý làm suy yếu chúng hơn nữa. Bởi vì nếu người Venice có được sức mạnh như trước, họ sẽ không để bất kỳ ai khác xâm lược Lombardy; họ sẽ không bao giờ đồng ý với bất cứ điều gì như thế nếu không cho phép mình giữ quyền lực. Không một cường quốc bên ngoài nào có thể mạo hiểm lấy Lombardy từ Pháp để giao lại cho họ, cũng như không dám mạo hiểm thách thức với hai cường quốc.

Đối với những người nói rằng vua Louis nhường Romagna cho Alexander và Naples cho Tây Ban Nha để tránh chiến tranh, tôi nói rằng, vì những lý do đã nêu, con người không bao giờ nên gây rối để tránh chiến tranh vì chiến tranh không thể tránh được mà chỉ trì hoãn cho sự bất lợi của chính mình. Và nếu ai đó muốn chỉ ra rằng vua Pháp đang giữ lời hứa với giáo hoàng là sẽ cho ông đất đai để đổi lấy giấy phép ly hôn và để được bổ nhiệm làm hồng y của d'Amboise, tôi sẽ viết sau về những lời hứa của các hoàng tử và cách chúng nên được giữ.

Do đó, vua Louis đã đánh mất Lombardy do không tuân theo bất kỳ nguyên tắc nào được tuân thủ bởi những người chiếm được lãnh thổ và muốn giữ nó. Không có gì khác thường về điều này vì nó có ý nghĩa và khá tự nhiên. Như tôi đã nói, người Pháp không hiểu các nguyên tắc nắm giữ lãnh thổ. Nếu không, họ sẽ không cho phép nhà thờ đạt được sự vĩ đại như vậy. Trên thực tế, chúng ta thấy rằng sự vĩ đại của nhà thờ và của Tây Ban Nha ở Ý là do Pháp gây ra. Từ đây, chúng ta rút ra một bài học không bao giờ hoặc hiếm khi thất bại, "ai khiến người khác trở nên hùng mạnh thì bị hủy diệt, bởi vì quyền lực đó là do sự khôn khéo hoặc do vũ lực, cả hai thuộc tính không được tin tưởng bởi những người đã được nâng lên các vị trí quyền lực".

CHƯƠNG 4

Tại Sao Vương Quốc Darius10 Do Alexander Đại Đế11 Chinh Phục Không Nổi Dậy Chống Lại Những Người Kế Vị Alexander Đại Đế Sau Khi Ông Qua Đời

Xem xét những khó khăn mà một số kẻ cầm quyền gặp phải khi nắm giữ các vùng lãnh thổ mới chinh phục, một số người có thể tự hỏi làm thế nào mà các vùng lãnh thổ bị Alexander[11] đại đế chinh phục vẫn trung thành, ngay cả tới những người kế vị. Alexander đại đế trở thành chủ nhân của châu Á trong một vài năm và qua đời trước khi hoàn thành sứ mệnh của mình. Nhiều người cho rằng sau cái chết của ông, toàn bộ đế chế sẽ nổi dậy. Tuy nhiên, những người kế vị đều trị vì một cách hòa bình và không gặp khó khăn nào cho đến khi họ trở nên quá tham vọng.

Theo ghi chép, đây là những lý do tại sao di sản của Alexander đại đế vẫn còn. Các vương quốc cũ được cai trị theo hai cách khác nhau - hoặc bởi một hoàng tử với một nhóm cấp dưới được chỉ định thành các chức vụ bộ trưởng theo sự ưu ái và quyền lực của hoàng tử hoặc bởi một hoàng tử và các tù trưởng, những người nắm giữ chức vụ nhờ quyền thừa kế chứ không phải sự ưu ái của hoàng tử.

Những thủ lĩnh này có lãnh thổ riêng mà thuộc hạ coi họ như lãnh chúa và kính mến họ. Mặt khác, các vương quốc do một hoàng tử điều hành và các thuộc hạ đều coi trọng hoàng tử hơn bởi vì trong cả nước, không ai có quyền lực hơn ông ta. Nếu người khác được dân kính nể thì là bộ trưởng và quan chức của hoàng tử mà họ không có lòng trung thành đặc biệt.

Ví dụ về hai chính phủ này trong thời đại của chúng ta là vua Thổ Nhĩ Kỳ và vua Pháp. Toàn bộ vương quốc Thổ Nhĩ Kỳ được cai quản bởi một vị vua trong khi những người khác là người hầu của ông ta. Ông ta chia vương quốc mình thành các khu vực và cử các quản trị viên khác nhau đến đó, chuyển giao và thay thế họ theo ý mình. Tuy nhiên, vua nước Pháp đang ở giữa một nhóm các lãnh chúa lâu đời, được công nhận là có quyền lực riêng và được lòng thần dân của mình. Họ có quyền riêng mà nhà vua không thể tước đoạt nếu không muốn mạo hiểm cho cuộc nổi loạn.

Bất cứ ai xem xét tình trạng của cả hai vương quốc có thể thấy ngay rằng rất khó để chiếm được Thổ Nhĩ Kỳ, nhưng một khi đã chinh phục được thì rất dễ dàng để cai quản. Lý do đằng sau khó khăn trong việc xâm chiếm vương quốc Thổ Nhĩ Kỳ là không có tù trưởng đầy tham vọng mời kẻ xâm lược vào, cũng như không có hy vọng hỗ trợ bởi cuộc nổi dậy của thuộc hạ nhà vua. Những lý do trên có thể giải thích lý do tại sao - không dễ dàng để tham nhũng các bộ trưởng của hoàng tử vì họ đều là người hầu và nếu tình cờ tham nhũng thành công, họ không thể mang mọi người theo.

Vì vậy, bất cứ ai sẵn sàng tấn công Thổ Nhĩ Kỳ phải nhớ rằng mọi người đang đoàn kết ủng hộ hoàng tử và kẻ tấn công sẽ phải dựa vào sức mạnh của chính mình nhiều hơn là vào sự nổi dậy của những người khác. Tuy nhiên, một khi người Thổ Nhĩ Kỳ đã bị chinh phục và sắp xếp theo cách mà quân đội không thể bị thay thế thì không có gì phải sợ ngoại trừ gia tộc của hoàng tử. Một khi gia tộc của hoàng tử đã bị tiêu diệt thì không còn ai để thách thức tuyên bố của kẻ xâm lược vì không có quyền lực nào còn lại đứng cùng với người dân. Cũng như kẻ xâm lược không thể tin tưởng vào họ trước chiến thắng của mình, bởi vậy, hoàng tử không cần phải sợ họ sau khi chiến thắng.

Ngược lại, có thể dễ dàng xâm nhập vào các vương quốc bị cai trị như Pháp bằng cách giành được sự hợp tác của một vài tù trưởng, vì sẽ luôn có những người bất mãn muốn thay đổi. Những người đó, vì bất cứ lý do gì, có thể mở đường và dễ dàng chiến thắng.

Tuy nhiên, nếu hoàng tử muốn giữ được lãnh thổ sau khi chiếm được nó, hoàng tử sẽ phải đối mặt với vô số khó khăn, cả từ những người đã giúp đỡ hoàng tử cũng như những người đã bị nghiền nát bởi chiến thắng của hoàng tử. Tiêu diệt gia tộc hoàng tử không đủ để đảm bảo một triều đại ổn định và an toàn, vì các tù trưởng sẽ đấu tranh cùng các phong trào mới chống lại và khi hoàng tử không thể thỏa mãn hoặc tiêu diệt họ, bất cứ khi nào có cơ hội, hoàng tử sẽ mất lãnh thổ.

Bây giờ, nếu chúng ta xem xét bản chất của chính phủ Darius, chúng ta có thể thấy rằng nó tương tự như vương quốc Thổ Nhĩ Kỳ. Vì vậy, Alexander chỉ phải chinh phục họ trên chiến trường trước khi lấy lãnh thổ. Sau chiến thắng của ông và cái chết của Darius, lãnh thổ được an toàn cho Alexander vì những lý do đã giải thích ở trên. Nếu những người kế vị của Alexander được thống nhất, họ sẽ an toàn và thoải mái tận hưởng triều đại vì không có cuộc nổi loạn nào trong vương quốc ngoại trừ những cuộc nổi loạn do chính họ tạo ra.

Tuy nhiên, không thể có một quy tắc an toàn như vậy ở các lãnh thổ được thành lập như tại Pháp. Điều đó giải thích tại sao thường xuyên có các cuộc nổi dậy chống lại người La Mã ở Tây Ban Nha, Pháp và Hy Lạp bởi vì có quá nhiều lãnh chúa ở các vương quốc này và chừng nào ký ức của họ còn tồn tại, người La Mã luôn nắm giữ một sự chiếm hữu không an toàn. Tuy nhiên, với sức mạnh và sự tiếp tục lâu dài của đế chế La Mã, ký ức của họ mờ dần và người La Mã cuối cùng có thể được hưởng quyền sở hữu an toàn. Sau đó, khi mỗi vùng lãnh thổ chiến đấu với nhau, mỗi người nắm giữ một mảnh đất riêng tùy theo quyền hạn mà mình đang có ở đó. Với việc gia tộc của người cai trị cũ bị tiêu diệt, không có người cai trị nào khác, ngoài người La Mã, được thừa nhận.

Với những suy nghĩ này, câu hỏi không nên đặt ra là làm cách nào mà Alexander dễ dàng giữ được đế chế ở châu Á hay những khó khăn mà những người khác như Pyrrhus và nhiều người khác phải đối mặt trong việc đảm bảo việc thâu chiếm của họ, vì điều này không được quyết định bởi khả năng của những kẻ chinh phục mà bởi sự thiếu tính đồng nhất trên lãnh thổ thu được.

CHƯƠNG 5

Cách Chính Quyền Các Thành Phố Hoặc Quốc Gia Sống Theo Luật Pháp Của Họ Trước Khi Bị Sát Nhập

Trong những lãnh thổ giành được, nơi người dân quen sống trong tự do theo luật lệ của riêng họ, có ba cách để những ai muốn giữ chúng phải tuân theo. Đầu tiên là tiêu diệt họ, tiếp theo là cư trú trong lãnh thổ đã chiếm được và thứ ba là cho phép người dân sống theo luật của họ trong khi thu thập cống phẩm và thành lập một tổ chức bù nhìn để giữ cho lãnh thổ thân thiện với hoàng tử. Vì một chính phủ như vậy, do hoàng tử thành lập, biết rằng nó không thể đứng vững nếu không có quyền hạn và sự quan tâm của hoàng tử, họ sẽ hết lòng ủng hộ hoàng tử. Vì vậy, đối với bất kỳ ai muốn giữ một lãnh thổ đã quen sống trong tự do, chiến lược tốt nhất để đảm bảo là tuyển dụng công dân địa phương vào các vị trí quản lý.

Có hai ví dụ về điều này - người Sparta và người La Mã. Người Sparta chiếm Athens và Thebes, để lại một nhóm điều hành, song họ đã mất lãnh thổ chiếm được. Người La Mã, để giữ Capua, Carthage và Numantia, đã tiêu diệt hầu hết chúng, nhưng không mất lãnh thổ chiếm được. Người La mã muốn giữ Hy Lạp như người Sparta đã làm, để cho người dân địa phương sống theo phong tục riêng của họ, nhưng họ đã thất bại. Vì vậy, để giữ được nó, họ buộc phải phá hủy nhiều thành phố trong nước vì không có cách nào khác để bảo vệ chúng ngoài việc phá hủy chúng.

Bất kỳ hoàng tử mới nào chiếm giữ một lãnh thổ đã từng sống trong tự do mà không phá hủy nó sẽ bị nó tiêu diệt. Đó là bởi vì nổi loạn sẽ luôn là kết quả của việc được nếm trải tự do cùng những đặc quyền của nó. Thời gian hoặc lợi ích sẽ không bao giờ khiến mọi người quên những gì họ đã được hưởng khi rảnh rỗi. Bất kể hoàng tử làm gì hoặc bảo vệ chống lại điều gì, họ sẽ không bao giờ quên việc có các quyền hoặc tự do cũ là như thế nào trừ khi họ bị phân tán.

Tuy nhiên, nếu một lãnh thổ quen sống dưới quyền của hoàng tử và gia tộc cai trị bị phá hủy, họ, quen với việc tuân theo mệnh lệnh và không có hoàng tử, sẽ không thể tự nuôi nấng một người trong số họ hoặc tự cai trị. Vì lý do này, họ sẽ chậm nổi dậy chống lại hoàng tử mới và hoàng tử sẽ được chấp nhận làm thủ lĩnh của họ, giúp việc bảo vệ họ trở nên dễ dàng hơn.

Tuy nhiên, ở các nước cộng hòa, có nhiều sức sống hơn, lòng căm thù lớn hơn và khao khát trả thù nhiều hơn, những thứ sẽ không bao giờ cho phép họ quên đi các quyền tự do cũ của mình. Vì vậy, cách an toàn nhất là tiêu diệt họ hoặc đích thân đến định cư tại vùng đất của họ.

CHƯƠNG 6

Những Xứ Mới Thâu Được Bằng Vũ Lực Và Tài Năng Của Hoàng Tử

K hông ai ngạc nhiên nếu khi nói đến những chế độ quân chủ hoàn toàn mới như sẽ bàn tới, tôi luôn đề cập tới những ví dụ cao cả nhất của hoàng tử và của quốc gia. Điều này là do con người luôn theo vết thất bại của người khác và bắt chước theo hành vi của họ nhưng vẫn không thể giữ hoàn toàn theo cách của người đó hoặc đạt được sức mạnh của những người mà họ bắt chước.

Một người khôn ngoan phải đi theo con đường mà những vĩ nhân đã đi và bắt chước những người đã thành công để nếu khả năng của anh ta không bằng họ, anh ta ít nhất cũng có thể hưởng được một số dấu vết của nó. Chúng ta nên hành động như những cung thủ tài giỏi, khi nhắm đến mục tiêu ở xa tầm bắn và biết giới hạn sức mạnh cung tên của mình, hãy nhắm cao hơn nhiều so với mục tiêu. Hành động này không phải để đẩy giới hạn của cung hoặc làm cho mũi tên bay cao hơn, mà vì mũi tên phải đi lên theo đường vòng trước khi nó có thể trúng mục tiêu.

Ở những lãnh thổ hoàn toàn mới, nơi có một hoàng tử mới, khó khăn trong việc giữ họ phụ thuộc vào khả năng của người cai trị. Bây giờ rõ ràng là để một người bình thường vươn lên vị trí hoàng tử bằng khả năng của mình hoặc may mắn, một trong những điều này sẽ giúp giảm thiểu khó khăn ở một mức độ nào đó. Tuy nhiên, những người ít phụ thuộc vào may mắn sẽ trở nên mạnh mẽ hơn. Hơn nữa, sẽ vô cùng có lợi khi hoàng tử, không có lãnh thổ nào khác, buộc bản thân phải sống ở đó.

Khi nói đến những người vươn lên trở thành hoàng tử nhờ khả năng cá nhân của họ chứ không phải do may mắn, tôi nói rằng Môi-se (Moses), Cyrus, Romulus, Theseus và những người tương tự là những ví dụ tuyệt vời. Mặc dù chúng ta không thể thảo luận về Môi-se vì ông đang thi hành mệnh lệnh của Đức Chúa Trời chứ không phải vì lợi ích cá nhân của mình, nhưng chúng ta có thể ngưỡng mộ ông, nếu không phải vì điều gì khác mà là sự ưu ái khiến ông xứng đáng được nói chuyện với Đức Chúa Trời. Tuy nhiên, khi nói đến Cyrus và những người khác đã thành lập hoặc giành được lãnh thổ, tất cả sẽ thấy đáng ngưỡng mộ. Nếu bạn xem xét các công việc và hành vi của họ, bạn sẽ thấy rằng họ không kém gì Môi-se, mặc dù Môi-se đã được Đức Chúa Trời hướng dẫn rất nhiều.

Khi xem xét hành động và cuộc sống của họ, chúng ta có thể thấy rằng họ không nợ bất cứ điều gì mà họ đạt được ngoài may mắn và ngoài cơ hội đã cho họ vật liệu để đúc thành bất kỳ hình dạng nào phù hợp nhất với họ. Nếu không có cơ hội đó, khả năng của họ sẽ bị lãng phí và nếu không có những khả năng đó, cơ hội sẽ trở nên vô ích.

Môi-se cần thiết phải tìm thấy dân Do Thái (Israel) bị nô lệ và bị áp bức ở Ai Cập (Egypt) để họ được giải thoát theo ông hầu tránh khỏi ách nô lệ. Điều cần thiết là Romulus không ở lại Alba và bị bỏ rơi khi mới sinh ra để trở thành vua của La Mã và người sáng lập vương quốc đó. Điều cần thiết là Cyrus phải tìm thấy những người Ba Tư (Persians) không hài lòng với chính phủ của Medes và rằng người Medes yếu mềm không được hưởng hòa bình lâu dài. Theseus không thể chứng minh được khả năng của mình nếu không tìm thấy người Athen bị giải tán.

Tất cả các cơ hội đó đã khiến những danh nhân này gặp may mắn, nhưng chính nhờ được sở hữu khả năng tuyệt vời của họ đã giúp họ nhận ra cơ hội để đưa đất nước mình trở nên mạnh mẽ và nổi tiếng hơn.

Những người, giống như những người vừa kể trên, trở thành hoàng tử từ những hành động dũng cảm giành được lãnh thổ một cách khó khăn, nhưng họ giữ nó một cách dễ dàng. Những khó khăn mà họ phải đối mặt trong việc đạt được nó một phần xuất phát từ các quy tắc và phương pháp mới mà họ buộc phải thực thi để thành lập chính phủ của họ và đảm bảo nó. Cần phải nhớ rằng không có gì khó giải quyết và nguy hiểm hơn là cuộc phiêu lưu tạo ra một chế độ mới. Điều này là do người sáng lập sẽ gặp những kẻ thù đã được hưởng nhiều đặc quyền dưới chế độ cũ và những người ủng hộ hờ hững, những người được hưởng luật mới, sẽ không tích cực bảo vệ những người cộng tác mới.

Sự phản kháng này nảy sinh một phần do sự sợ hãi với những đối thủ có luật pháp đứng về phía họ và một phần do sự nghi ngờ của những người không sẵn sàng tin tưởng vào chế độ mới cho đến khi họ chắc chắn rằng nó sẽ tồn tại lâu dài. Vì vậy, lúc nổi loạn, kẻ thù tấn công dữ dội trong khi những người này chỉ bảo vệ hời hợt, gây nguy hiểm cho hoàng tử cùng với họ.

Do đó, điều cần thiết, nếu chúng ta muốn thảo luận thấu đáo về vấn đề này, hãy đặt câu hỏi liệu những người sáng lập này có thể dựa vào chính mình hay phải phụ thuộc vào người khác. Có nghĩa là, để đạt được mục tiêu, họ phải cầu nguyện hay phải dùng vũ lực?

Trong trường hợp đầu tiên, họ luôn nhận kết quả xấu và không bao giờ đạt được bất cứ điều gì, nhưng khi họ có thể dựa vào bản thân và sử dụng vũ lực, họ hiếm khi gặp nguy hiểm. Do đó, tất cả các nhà lãnh đạo tôn giáo có vũ trang đều chiến thắng trong khi những người không có vũ trang đều bị tiêu diệt. Bên cạnh những lý do nêu trên, bản chất con người rất hay thay đổi - có thể dễ thuyết phục họ nhưng khó giữ chân họ hơn. Vì vậy, điều quan trọng là phải thực hiện các biện pháp mà khi họ không còn tin bạn nữa, hãy làm cho họ tin bằng vũ lực.

Nếu Môi-se, Cyrus, Theseus và Romulus không có vũ khí, họ sẽ không thể thực thi hiến pháp của mình trong một thời gian dài, như đã xảy ra trong thời của chúng ta với Fra Girolamo Savonarola.[12] Ông ta bị tiêu diệt ngay sau khi chế độ mới được thành lập vì mọi người mất niềm tin vào ông ta và ông ta không có cách nào để giữ niềm tin đó hoặc bắt những người không tin theo.

Tất cả những nhà lãnh đạo tôn giáo có vũ trang đó đã gặp rất nhiều khó khăn trong việc đạt được mục tiêu của họ vì tất cả những nguy hiểm đều nằm trong thành tích, nhưng với khả năng, họ đã vượt qua chúng. Sau khi vượt qua những nguy hiểm này và loại bỏ những kẻ ghen tị với thành công của họ, họ bắt đầu được tôn trọng và sau đó, họ tiếp tục cảm thấy quyền lực, an toàn, vinh dự và hạnh phúc.

Đối với những ví dụ tuyệt vời này, tôi muốn thêm một ví dụ nhỏ hơn với các điểm tương đồng, làm cho nó trở thành một ví dụ điển hình – Hiero[13] của Syracuse. Người này đã từ một thường dân trở thành hoàng tử của Syracusans không chút may mắn ngoài cơ hội. Người Syracus đang bị đe dọa, vì vậy ông ta được chọn làm chỉ huy của họ và sau đó được khen thưởng bằng cách được phong làm hoàng tử của họ. Ông ta có nhiều khả năng xuất chúng đến nỗi người ta viết rằng điều duy nhất ngăn ông ta trở thành hoàng tử ngoại trừ việc có một vương quốc. Ông đã giải tán đội quân cũ và tạo ra một đội quân mới; ông đã loại bỏ các liên minh cũ và tạo ra những liên minh mới. Bằng cách tạo ra những người lính và đồng minh của riêng mình, ông ấy đã xây dựng cho mình một nền tảng vững chắc để xây dựng bất cứ thứ gì. Vì vậy, mặc dù ông ta gặp khó khăn trong việc chinh phục, nhưng dễ dàng bảo quản và gìn giữ nó hơn.

CHƯƠNG 7

Những Xứ Mới Thâu Được Bằng Khí Giới Người Khác Hoặc Bằng Vận May

Những người trở thành hoàng tử từ thường dân nhờ vận may gặp ít khó khăn để vươn lên hàng đầu nhưng lại khó ở trên ngai vàng. Họ không gặp khó khăn trên con đường đi lên bởi vì họ bay nhưng một khi họ đã lên đến đỉnh cao, họ gặp rất nhiều khó khăn. Điều này xảy ra với những người thâu tóm lãnh thổ bằng cách mua hoặc bởi sự ưu ái của người ban cho họ. Ví dụ về điều này có thể được tìm thấy ở Ai Cập, các thành phố Ionian và Hellespont, nơi các hoàng tử được Darius sắc phong để giữ các thành phố vì sự an toàn và vinh quang của ông. Điều tương tự cũng áp dụng cho những người cai trị, những người đã lên nắm quyền bằng sự tham nhũng của quân đội.

Một điểm chung của tất cả những người này là họ được đề cao dựa trên thiện chí và tài sản của người khác - hai trong số những điều dễ biến động và mong manh nhất. Những người này không đủ tiêu chuẩn để giữ chức vụ này. Bởi vì trừ khi họ có tài năng và khả năng tuyệt vời, không có lý do gì để mong đợi họ biết cách chỉ huy, họ luôn sống như những người dân bình thường. Bên cạnh đó, họ không có bất kỳ lực lượng trung thành nào giúp họ nắm giữ vị trí của mình.

Các lãnh thổ mọc lên quá nhanh, giống như mọi vật trong tự nhiên được sinh ra và phát triển nhanh chóng, không thể đặt nền móng và cơ sở thích hợp cố định sao cho cơn bão đầu tiên không phá hủy chúng. Trừ khi, như đã lưu ý, những người đột nhiên trở thành hoàng tử có khả năng tuyệt vời mà họ biết rằng họ phải sẵn sàng ngay lập tức để nắm giữ những gì may mắn đã ban cho họ. Họ phải hiểu rằng họ cần phải đặt một nền tảng vững chắc cho địa vị của mình, giống như những người khác trước đây đã làm.

Liên quan đến hai phương pháp trở thành hoàng tử, bằng khả năng hoặc vận may, tôi muốn ám chỉ đến hai ví dụ của thời đại chúng ta - Francesco Sforza và Cesare Borgia.[14]

Francesco Sforza, bằng cách thích hợp và với tài năng xuất chúng, đã từ một công dân bình thường trở thành công tước của Mỹ Lan. Ông ta có được quyền lực với trăm ngàn khó khăn nhưng giữ được rất dễ dàng. Mặt khác, Cesare Borgia có được nhiều lãnh thổ trong khi cha của ông, giáo hoàng thứ sáu, Alexander, đang nắm quyền. Sau khi cha mất, ông cũng mất hết đất đai. Điều này bất chấp ông ta đã làm mọi thứ mà một người khôn ngoan và có khả năng có thể làm để sửa chữa tận gốc rễ trong lãnh thổ mà quân đội và vận may do những người khác đã trao cho ông ta.

Như đã nói ở trên, bất kỳ hoàng tử nào không đặt nền móng của mình có thể làm được như vậy sau này với tài năng xuất chúng, nhưng với rất nhiều rắc rối và nguy hiểm cho tòa nhà. Nếu xem xét tất cả hành vi của Cesare, chúng ta sẽ thấy rằng ông đã đặt nền móng vững chắc cho quyền lực trong tương lai của mình, điều này cần được xem xét bởi vì tôi không biết có lời khuyên nào khác để đưa ra cho một hoàng tử mới ngoài tấm gương về hành động của ông. Nếu kế hoạch của ông ta thất bại, đó không phải là lỗi của ông mà chỉ đơn giản là sự trớ trêu của cuộc đời.

Alexander, vị giáo hoàng thứ sáu, với mong muốn nâng cao địa vị Cesare, con trai mình, đã gặp rất nhiều rắc rối, trước cũng như sau. Đầu tiên, ông không thể cho con trai mình lãnh thổ ngoại trừ những lãnh thổ thuộc về nhà thờ. Nếu sẵn sàng sử dụng lãnh thổ của nhà thờ, ông biết rằng công tước của Mỹ Lan và người Venice sẽ không đồng ý. Hơn nữa, ông thấy rằng quân đội Ý, đặc biệt là những người có thể giúp đỡ ông, đang nằm dưới sự kiểm soát của những người không muốn thấy giáo hội có thêm bất kỳ quyền lực nào.

Vì vậy, điều trở nên cần thiết là làm xáo trộn trạng thái này và tạo ra sự nhầm lẫn giữa các thế lực để giúp ông ta ổn định hơn trên lãnh thổ. Ông làm được điều này một cách dễ dàng bởi vì ông nhận thấy người Venice, được thúc đẩy bởi những lý do khác, đang có xu hướng đưa người Pháp vào Ý. Ông ta quyết định không phản đối điều này mà làm cho nó dễ dàng bằng cách giúp vua Louis hợp pháp kết thúc cuộc hôn nhân trước đó cho họ.

Vì vậy, vua Pháp đã đến Ý với sự giúp đỡ của người Venice và được sự đồng ý của Đức Thánh Cha Alexander. Không bao lâu sau khi nhà vua ổn định, giáo hoàng đã dò ý ông về Romagna. Đích thân vua Louis đã phải điều binh lính của mình, những người đơn giản đến vì sợ hãi nhà vua, để giúp đỡ giáo hoàng. Vì vậy, Cesare, sau khi chiếm Romagna và đánh bại quân đội của Colonnesi, vì muốn giữ nó và tiến xa hơn, đã bị cản trở bởi hai điều. Thứ nhất, lực lượng của ông không tỏ ra trung thành với ông ta. Thứ hai, họ có thiện chí với người Pháp.

Cesare sợ rằng lực lượng Orsini[15] mà ông đang sử dụng, không trung thành với mình. Ông sợ rằng họ không chỉ ngăn cản ông chiến thắng mà còn chiếm đoạt những gì ông ta đã giành được cho mình và vua Pháp cũng sẽ làm như vậy.

Nỗi sợ hãi của ông ta đối với lực lượng Orsini bắt đầu khi ông ta thấy họ bắt Faenza và khi ông tấn công Bologna, ông ta thấy họ không muốn tấn công. Về phần nhà vua, Cesare biết được ý định của mình khi sau khi chiếm Duchy of Urbino, ông cố gắng tấn công Tuscany nhưng bị nhà vua ngăn lại. Kể từ đó, Cesare quyết định không phụ thuộc vào lực lượng quân sự và vận may do người khác mang lại.

Đầu tiên, Cesare làm suy yếu quyền lực của Orsini và Colonnesi ở Rome bằng cách thao túng tất cả quý tộc và thần dân danh giá với mức lương hậu hĩnh và vinh danh họ với chức vụ và quyền chỉ huy theo cấp bậc của họ. Trong vòng vài tháng, tất cả lòng trung thành của các phe cũ đã bị phá hủy và hoàn toàn nằm trong sự kiểm soát của Cesare. Sau khi tiêu diệt được những người ủng hộ Colonnesi, ông ta chờ cơ hội để tiêu diệt Orsini.

Cơ hội này đến sớm và ông ta đã tận dụng nó rất tốt. Đối với Orsini, nhận ra rằng một khi Cesare và giáo hội trở nên hùng mạnh hơn, họ sẽ gặp nguy hiểm, nên gọi một cuộc họp tại tỉnh Magione ở Perugia. Từ cuộc họp này đã nổ ra một số cuộc nổi loạn ở Urbino và Romagna với vô vàn nguy hiểm cho Cesare.

Tuy nhiên, ông đã vượt qua những nguy hiểm này với sự giúp đỡ của người Pháp. Sau khi quyền lực của mình được phục hồi, Cesare kiên quyết không mạo hiểm dựa vào Pháp hay các thế lực bên ngoài. Vì vậy, ông quyết định có chiến lược hơn và che giấu ý định của mình. Qua sự trung gian của thầy tế lễ Pagolo, người mà Cesare đã dồn hết tâm trí, tiền bạc, quần áo và ngựa, Orsini đã làm hòa với ông ta.

Sự đơn giản đã khiến họ rơi vào bẫy của ông ta và mang lại cho Cesare nhiều quyền lực hơn. Ông đã tiêu diệt các nhà lãnh đạo của họ và biến những người ủng hộ họ thành bạn bè. Vì vậy, nắm giữ toàn bộ lãnh thổ Romagna và Duchy of Urbino, ông đã giành được toàn bộ quyền lực cho mình. Ông cũng giúp người dân bắt đầu hưởng thụ tốt hơn, điều kiện sống được cải thiện, vì vậy họ rất vui khi ủng hộ ông ta.

Vì phần này đáng được lưu ý và sử dụng để noi theo nên tôi sẽ không bỏ qua. Khi Cesare chiếm được Romagna, ông nhận thấy nó được cai trị bởi một loạt các chủ nhân yếu kém chuyên đi cướp bóc hơn là cai trị. Vì vậy, tạo cho nhân dân nhiều lý do để nổi dậy hơn là đoàn kết, làm cho đất nước đầy rẫy trộm cướp, cãi vã và bạo lực.

Cesare nghĩ rằng cần phải thành lập một thống đốc giỏi để giúp lập lại hòa bình và trật tự cho đất nước. Vì vậy, ông đã bổ nhiệm Ramiro d'Orco, một người tàn nhẫn nhưng hiệu quả, làm thống đốc và trao toàn quyền hành động. Chỉ trong một thời gian ngắn, cả nước hòa bình và thống nhất.

Tuy nhiên, Cesare cảm thấy không nên trao quyền lực quá mức như vậy cho chỉ một người và ông nghĩ rằng điều đó sẽ làm hỏng. Vì vậy, ông đã thành lập một tòa án trong nước và bổ nhiệm một thẩm phán xuất sắc cho mỗi thành phố.

Bởi vì ông biết rằng cách đối xử thô bạo của mình trong quá khứ hẳn đã khiến mọi người ghét ông ta, vì vậy để xóa sạch bản thân mình trong tâm trí của mọi người và mua lòng trung thành của họ, ông ta muốn chứng minh rằng nếu bất kỳ hành động tàn ác nào đã được thực hiện đều bắt nguồn từ Ramiro mà không phải chính ông ta. Với lời khai này, ông đã bắt Ramiro vào một buổi sáng và hành quyết, để lại công trường Cesena với cái thớt và một con dao đẫm máu bên cạnh thi thể Ramiro. Hình ảnh man rợ dã man này khiến dân chúng vừa hả dạ vừa lo sợ.

Bây giờ, chúng ta hãy quay lại nơi bắt đầu. Cesare, giờ đã thấy mình đủ mạnh và được bảo vệ phần nào khỏi những nguy hiểm trực tiếp bằng cách trang bị vũ khí theo cách riêng của mình và đã đè bẹp được những lực lượng đối thủ láng giềng, quay sang mục tiêu tiếp theo của ông ta - người Pháp. Ông biết rằng nhà vua, bây giờ đã muộn màng nhận ra lỗi lầm của mình, sẽ không ủng hộ ông ta.

Vì vậy, từ đây, ông bắt đầu tìm kiếm các liên minh mới và chậm chân giúp đỡ vua Pháp trong chiến dịch hoàng gia đến vương quốc Naples chống lại người Tây Ban Nha đang tấn công Gaeta. Ý định của ông ta là để đảm bảo bản thân chống lại chúng và ông ta sẽ nhanh chóng thành công nếu cha ông ta, giáo hoàng Alexander, còn sống.

Đây là bước đi của ông trong các vấn đề chính trị hiện nay. Nhưng về tương lai, trước tiên ông phải sợ rằng tân giáo hoàng sẽ không thân thiện với mình và có thể tìm cách lấy đi những gì mà cha ông, giáo hoàng Alexander, đã tự cho ông.

Vì vậy, Cesare quyết định hành động theo bốn cách. Đầu tiên, ông ta giết tất cả các gia tộc của các lãnh chúa bị ông ta đánh bại, vì vậy tân giáo hoàng không thể lấy đó làm cái cớ để tấn công mình. Thứ hai, ông có thể lấy được lòng trung thành của tất cả các quý tộc thành Rome để họ không thể ủng hộ tân giáo hoàng. Thứ ba, ông ta có thể nhận được sự ủng hộ của Đại Học Hồng Y.[16] Và thứ tư, ông ta có thể đạt được rất nhiều quyền lực trước cái chết của giáo hoàng Alexander, để bằng cách của mình, ông ta có thể chống lại cú sốc đầu tiên.

Vào thời điểm Alexander chết, ông đã hoàn thành ba trong bốn hành vi đó. Ông ta đã giết các lãnh chúa bất phục mà ông có thể đặt tay lên, ngoại trừ một số ít trốn thoát. Ông đã chiến thắng các quý tộc La Mã và giành quyền kiểm soát phần lớn Đại Học Hồng Y. Để có thêm sức mạnh, ông ta dự định trở thành chúa tể Tuscany, vì ông ta đã sở hữu Perugia và Piombino, trong khi Pisa được ông ta bảo vệ.

Ông không còn phải lo lắng về người Pháp vì người Tây Ban Nha đã trục xuất họ khỏi vương quốc Naples và theo cách này, cả hai buộc phải tìm kiếm sự ủng hộ của ông. Ông ta đã tận dụng điều này để chiếm lấy Pisa. Sau đó, Lucca và Siena đồng loạt nhượng bộ, một phần vì hận thù và một phần vì sợ hãi Florentine.

Florentines sẽ không có cách khắc phục nếu ông ta tiếp tục thành công vì ông ta đang thịnh vượng vào năm Alexander qua đời. Cesare đã cố gắng thu thập đủ quyền lực và danh tiếng để tự mình đứng vững và không còn phải phụ thuộc vào thế lực hay vận may của người khác mà dựa vào sức mạnh và khả năng của chính mình.

Tuy nhiên, giáo hoàng Alexander đã qua đời 5 năm sau khi ông tuốt thanh kiếm đầu tiên của mình. Alexander để lại Cesare chỉ có lãnh thổ Romagna là yên bình nhưng các vùng lãnh thổ còn lại đều ở trong tình trạng bất ổn, giữa hai kẻ thù hùng mạnh và trong lúc sức khỏe của ông bị kém đi.

Không thiếu lòng dũng cảm và tài năng ở Cesare và ông biết rất rõ cách để giành được quyền lực. Trong một thời gian ngắn, ông đã đặt nền móng vững chắc và nếu hai đội quân tấn công chậm hoặc nếu ông có sức khỏe tốt, ông sẽ vượt qua được những khó khăn đó.

Rõ ràng, nền tảng của ông rất tốt vì Romagna đã đợi ông ta hơn một tháng. Mặc dù chỉ còn sống một nửa, ông ta vẫn an toàn ở Rome và trong khi Baglioni, Vitelli và Orsini có thể đến Rome, họ không thể làm bất cứ điều gì chống lại ông ta.

Nếu ông ta không thể chọn được giáo hoàng mà ông muốn thì ít nhất người ông ta không muốn không thể được bầu. Nếu ông có sức khỏe tốt khi Alexander chết, mọi thứ đã khác. Vào ngày mà Julius đệ nhị được bầu làm người kế vị Alexander, ông ấy nói với tôi rằng ông ta đã nghĩ đến mọi thứ có thể xảy ra khi cha mình qua đời và đã đưa ra giải pháp khắc phục cho tất cả. Ngoại trừ việc ông ta không bao giờ lường trước được rằng khi cái chết xảy ra, bản thân ông ta cũng đến lúc chết.

Khi chúng ta xem xét tất cả những hành động mà Cesare đã làm, tôi không thể chỉ trích ông ta. Đúng hơn, như tôi đã nói, tôi phải giữ nó như một hình mẫu cho tất cả mọi người, những người mà nhờ may mắn hoặc sức mạnh của người khác, được nâng lên vị trí quyền lực. Bởi vì Cesare, với một tinh thần cao thượng và những mục tiêu xa vời, không thể điều chỉnh hành vi của mình bằng cách khác. Chỉ có cuộc đời ngắn ngủi của Alexander và căn bệnh của chính ông ta đã làm hỏng kế hoạch.

Vì vậy, kẻ nào coi việc bền vững tại một lãnh địa mới, thu phục bạn bè, chiến thắng bằng vũ lực hoặc lừa dối, khiến dân chúng yêu mến kính sợ, binh sĩ phục tùng kính trọng, hãy tiêu diệt những kẻ có thế lực và hãm hại mình, thay đổi trật tự cũ thành mới, nghiêm khắc và ân cần, rộng lượng và phóng khoáng, tiêu diệt một đội quân bất trung và thành lập một đội quân mới, duy trì tình bạn với các vị vua và hoàng tử theo cách họ phải giúp đỡ mình với sự háo hức cũng như xúc phạm một cách thận trọng, chúng ta không thể tìm thấy một ví dụ sống động hơn hành động của con người này.

Ông chỉ có thể bị chỉ trích vì cuộc bầu chọn giáo hoàng Julius đệ nhị, trong đó ông ta đã đưa ra một lựa chọn tồi bởi vì, như đã nói, nếu không thể bầu chọn giáo hoàng theo sự lựa chọn của chính mình thì ông ta có thể chọn bất kỳ người nào khác để được bầu làm giáo hoàng. Đáng lẽ ra, ông không bao giờ đồng ý việc bầu chọn bất kỳ vị hồng y nào mà ông ta đã làm hại hoặc người có lý do để ông lo sợ nếu họ trở thành giáo hoàng. Điều này là do con người có xu hướng gây thương tích cho người khác vì sợ hãi hoặc thù hận.

Cesare đã khiến nhiều hồng y bị tổn thương. Những người còn lại, khi trở thành giáo hoàng, sẽ sợ ông ta. Cesare lẽ ra nên tạo ra một vị giáo hoàng người Tây Ban Nha và nếu không thể, ông ta sẽ chọn một vị giáo hoàng phụ thuộc vào ông ta và có mối quan hệ tốt với ông ta. Ai tin rằng những thú vui mới sẽ khiến người ta quên đi những tổn thương cũ đã bị lừa dối. Vì vậy, Cesare đã sai lầm trong sự lựa chọn của mình và đó là nguyên nhân dẫn đến sự hủy diệt cuối cùng của ông ta.

CHƯƠNG 8

Những Xứ Chiếm
Được Do Sự Độc Ác

Có hai cách để một người thăng tiến từ một công dân bình thường thành hoàng tử, cả hai cách đều không thể hoàn toàn nhờ vào may mắn hay tài năng. Những phương pháp này là khi, bằng những thủ đoạn xấu xa hoặc bất chính, một người có được một vương quốc hoặc khi nhờ sự ủng hộ của đồng bào mình, một công dân bình thường trở thành hoàng tử của đất nước.

Phương pháp đầu tiên - sự độc ác - sẽ được minh họa bằng hai ví dụ, một cổ xưa và một hiện đại, và không cần đi quá sâu vào nó, tôi nghĩ hai ví dụ này sẽ đủ cho bất kỳ ai muốn bắt chước.

Agathocles,[17] một người Sicilia, trở thành vua của Syracuse không chỉ từ một công dân bình thường mà còn từ một địa vị thấp kém và khiêm tốn. Người này, con trai của một người thợ gốm, trải qua tất cả những thay đổi trong vận may của mình, đã sống một cuộc đời tội ác. Tuy nhiên, ông đã đồng hành cùng sự ác độc của mình bằng sức mạnh và khả năng tuyệt vời mà sau khi cống hiến cuộc đời mình cho quân đội, ông ta đã vượt qua các cấp bậc để trở thành người lãnh đạo quân đội ở Syracuse.

Khi ở vị trí này, quyết tâm biến mình thành hoàng tử và sử dụng bạo lực mà không tính đến người khác cũng như quyền lực mà họ trao cho mình, vì mục đích này, ông đã gia nhập lực lượng quân đội với Amilcar, người Carthage, đang chiến đấu ở Ý.

Vào một buổi sáng, ông ta tập hợp tất cả người dân và thượng viện Syracuse lại như để bàn bạc công việc quốc gia và theo một tín hiệu nào đó, những người lính đã giết tất cả các thượng nghị sĩ và những người giàu có nhất. Ông đã chiếm giữ và nắm giữ quyền lực của thành phố mà không có bất kỳ cuộc nổi dậy dân sự nào.

Mặc dù ông đã bị đánh bại hai lần bởi người Carthage và cuối cùng bị bao vây, ông không chỉ có thể bảo vệ thành phố mà còn để lại một phần binh sĩ của mình để bảo vệ thành phố; còn về phần mình, ông đã tấn công người Carthage cùng với phần còn lại ở châu Phi. Trong một thời gian ngắn, người Carthage buộc phải từ bỏ cuộc bao vây Syracuse. Vì cần thiết, người Carthage buộc phải thỏa hiệp hòa bình với Agathocles, nhường Sicily cho ông ta để chiếm đóng châu Phi.

Bất cứ ai có hành động và thiên tài của người này sẽ thấy rằng không có gì, hoặc ít, có thể được cho là may mắn. Ông đã đạt được tất cả thành công của mình, như đã thấy ở trên, không phải nhờ sự ưu ái của bất kỳ ai mà là do thăng tiến trong các cấp bậc quân sự. Ông giành được lãnh thổ này bằng hàng ngàn rắc rối cùng nguy hiểm và sau đó, ông ta giữ vững lãnh thổ của mình bất chấp nhiều nguy hiểm hơn nữa.

Tuy nhiên, chúng ta không thể gọi đây là tài năng bởi vì ông ta đã giết đồng bào của mình, lừa dối bạn bè, không nhân từ và vô tín ngưỡng. Những phương pháp như vậy có thể mang lại cho hoàng tử một đế chế, nhưng không phải là vinh quang. Mặc dù nếu xét về lòng dũng cảm khi ra vào những nơi hiểm trở, cùng với ý chí vượt khó thì có thể thấy ông là một nhà lãnh đạo tài ba rất đáng khâm phục. Tuy nhiên, sự vô nhân đạo và tàn ác vô cùng của ông đã không cho phép ông được xếp vào hàng những người hoàn hảo nhất. Vì vậy, người ta không thể quy những gì ông ta đạt được là do may mắn hay tài năng.

Vào thời của chúng ta, dưới thời cai trị của Alexander đệ lục, Oliverotto da Ferno,[18] bị bỏ rơi như một đứa trẻ mồ côi, được nuôi dưỡng bởi người chú của mình, Giovanni Foglani. Trong những ngày đầu của tuổi trẻ, ông đã được gửi đến chiến đấu dưới quyền của Pagolo Vitelli để được huấn luyện theo kỷ luật quân đội, sau đó ông được bổ nhiệm vào một cấp bậc cao trong quân ngũ.

Sau khi Pagolo chết, ông đã chiến đấu dưới quyền của anh trai Pagolo là Vitelleschi. Trong một thời gian rất ngắn, do thông minh và tài giỏi, ông đã trở thành thủ lĩnh đầu tiên trong quân đội. Tuy nhiên, ông không thích phục vụ dưới quyền người khác. Ông quyết định, với sự giúp đỡ của người dân Fermo và sự hỗ trợ của đại úy Vitelleschi, đánh chiếm thành phố Fermo. Vì vậy, ông ta đã viết thư cho người chú của mình, Giovanni Foglani, rằng, vì ông ta đã xa nhà nhiều năm nên muốn về quê thăm chú. Ông cũng nói rằng mình muốn xem những gì cha mẹ đã để lại cho ông.

Ông viết rằng, mặc dù ông ta không làm việc để đạt được bất cứ điều gì ngoài danh dự để người dân Fermo thấy rằng ông ta đã không tiêu phí thời gian của mình một cách vô ích, ông ta muốn trở về nhà một cách danh dự, đi cùng với một trăm binh lính, một nhóm bạn cùng các tùy viên.

Ông yêu cầu Giovanni sắp xếp để ông được vinh danh bởi Fermo, tất cả sẽ không chỉ là sự công nhận thành tích của chính ông mà còn là sự phản ánh của chính Giovanni, người đã nuôi dạy ông ta.

Giovanni, do đó, không thể không cống hiến hết mình cho cháu trai của mình, khiến ông ta được người dân Fermo tôn vinh. Oliverotto ở trong nhà của người chú và sau vài ngày hoàn thiện những gì cần thiết cho kế hoạch độc ác của mình, ông tổ chức một bữa tiệc long trọng trong đó ông ta mời chú mình và những người lãnh đạo của Fermo đến.

Khi thức ăn và tất cả các giải trí thông thường kết thúc, Oliverotto đã khéo léo hướng cuộc trò chuyện sang những vấn đề nghiêm trọng hơn, nói về sự vĩ đại của giáo hoàng Alexander và con trai, Cesare. Giovanni và những người khác đồng ứng với bài phát biểu của ông, nhưng Oliverotto đề nghị rằng những vấn đề nghiêm trọng như vậy nên được thảo luận trong một khung cảnh riêng tư hơn.

Ông đi vào một căn phòng khác, Giovanni và những người lãnh đạo của Fermo đều đi vào cùng với ông ta. Tuy nhiên, trước khi họ có thể ngồi xuống, quân đội đã xông ra từ những nơi bí mật trong phòng và tàn sát tất cả.

Sau cuộc thảm sát này, Oliverotto đi lên và xuống thị trấn trên lưng ngựa và bao vây thị trấn. Mọi người buộc phải tuân theo ông ta vì sợ hãi và Oliverotto thành lập một chính phủ với chính ông là hoàng tử. Ông giết tất cả những ai có thể làm hại ông và củng cố bản thân bằng luật dân sự và quân sự mới, theo cách mà trong năm ông nắm giữ vương quốc, ông ta không chỉ an ninh cho thành phố Fermo, mà còn trở nên đáng gờm với tất cả các vương quốc láng giềng. Để tiêu diệt Oliverotto, giống như Agathocles, sẽ rất khó khăn nếu ông ta không bị Cesare Borgia lừa dối. Vì vậy, một năm sau khi giết chú của mình, Oliverotto cũng bị giết.

Một số người có thể tự hỏi làm thế nào mà Agathocles và những người thích ông lại có thể sống lâu dài ở đất nước của mình, tự vệ trước kẻ thù ngoại bang và không bao giờ có một cuộc nổi loạn trong dân chúng. Điều này có thể hiểu được bởi vì nhiều người khác đã không thể nắm giữ thành phố của họ sau khi giành được chúng thông qua sự độc ác, trong thời kỳ hòa bình, chứ chưa nói đến giữa lúc chiến tranh.

Tôi tin rằng điều này xảy ra sau khi các biện pháp tàn bạo đã được sử dụng một cách tồi tệ hoặc đúng cách. Chúng có thể được gọi là 'được sử dụng đúng cách' nếu chúng được áp dụng trong một đòn và cần thiết cho an ninh của chính phủ và nó không được phép tồn tại trừ khi chúng được sử dụng để lợi dụng các đối tượng. Các biện pháp tàn bạo được 'sử dụng một cách tồi tệ' nếu, mặc dù chúng bắt đầu dễ dàng và ít trong thời gian đầu, nhưng chúng tăng dần theo thời gian.

Những người thực hành phương pháp đầu tiên, với sự giúp đỡ của thượng đế hoặc con người, ở một mức độ nào đó, có thể làm dịu đi sự cai trị của họ như Agathocles đã làm. Tuy nhiên, những kẻ sử dụng thủ đoạn tàn bạo thứ hai thì không thể kiềm chế được.

Do đó, cần lưu ý rằng khi chinh phục một lãnh thổ, một kẻ xâm lược cân nhắc cẩn thận tất cả những tổn thương cần thiết mà mình phải gây ra và thực hiện tất cả cùng một lúc để không lặp lại chúng hàng ngày. Bởi vì không thường xuyên làm mất lòng người của mình, nên hoàng tử sẽ dễ dàng khiến họ cảm thấy an tâm hơn và thu phục họ bằng lợi ích.

Bất cứ ai làm theo cách khác sẽ bị buộc phải luôn giữ con dao trong tay của mình. Hoàng tử không thể dựa vào các cận thần và họ cũng không thể gắn bó với hoàng tử, do những sai lầm liên tục và lặp đi lặp lại của họ. Hoàng tử nên làm ngay việc tàn ác để người đời bớt tủi thân. Còn các lợi ích thì nên được cho ra từng chút một để hương vị của chúng được thưởng thức lâu hơn.

Trên tất cả, một hoàng tử phải sống giữa những người của mình theo cách mà không có sự kiện bất ngờ, tốt hay xấu, để khiến mình thay đổi. Vì nếu nhu cầu thay đổi xuất hiện trong thời điểm khó khăn, hoàng tử sẽ quá muộn để có những biện pháp nghiêm túc. Những kẻ nhẹ dạ cũng không giúp hoàng tử vì bị ép buộc và không ai có trách nhiệm với hoàng tử vì họ.

CHƯƠNG 9

Chế Độ Quân Chủ Dân Sự

Đi vào một điểm khác, khi một công dân bình thường trở thành hoàng tử, không phải bằng sự tàn ác hay bạo lực mà bởi sự ưu ái của người dân thì đây được gọi là chế độ quân chủ dân sự. Người ta không cần thiên tài hay vận may để đạt được nó mà là một sự thông minh may mắn. Một đất nước như vậy có được hoặc nhờ sự ưu ái của người dân hoặc sự ưu ái của quý tộc. Vì cả hai nhóm riêng biệt này đều có mặt ở tất cả các thành phố, nên đây có nghĩa là người dân không muốn bị cai trị hoặc bị áp bức, nhưng các quý tộc lại muốn cai trị và áp bức người dân. Từ hai mong muốn trái ngược nhau này, có ba hệ quả - chế độ quân chủ, chế độ tự trị hoặc chế độ vô chính phủ.

Một chế độ quân chủ có thể được tạo ra bởi người dân hoặc bởi các quý tộc, tùy thuộc vào những người có cơ hội. Các quý tộc, thấy họ không thể chống lại người dân, bắt đầu đẩy một người trong số họ lên phía trước để biến anh ta thành hoàng tử hầu nấp dưới cái bóng của anh ta để có thể thực hiện tham vọng của riêng mình. Về phần người dân, họ biết rằng họ không thể chống lại các quý tộc, vì vậy họ đã chọn một người trong số họ làm hoàng tử để anh ta có thể bảo vệ họ và quyền lợi của họ.

Bất cứ ai nắm được quyền lực với sự giúp đỡ của quý tộc đều khó có thể đảm bảo được vị trí của mình hơn là người đến với sự nghiệp nhờ sự giúp đỡ của người dân. Đó là bởi vì anh ta thấy xung quanh mình là những người quý tộc, những người nghĩ rằng họ là bình đẳng. Vì vậy, anh ta không thể cai trị hoặc quản lý chúng theo ý thích của mình. Tuy nhiên, nếu anh ta có được quyền lực từ sự ủng hộ của người dân thì không ai hoặc chỉ một vài người sẽ không tuân theo anh ta.

Ngoài ra, anh ta không thể bằng cách đối xử công bằng mà không gây tổn hại cho người khác để làm hài lòng các quý tộc. Tuy nhiên, anh ta có thể làm hài lòng dân chúng vì ý định của họ thường hợp lý hơn những quý tộc chỉ tìm cách đàn áp.

Một hoàng tử không bao giờ có thể tự bảo vệ mình trước những kẻ thù địch bởi vì họ quá nhiều. Mặt khác, anh ta có thể tự bảo vệ mình khỏi giới quý tộc vì số lượng họ rất ít. Điều tồi tệ nhất mà một hoàng tử phải sợ hãi từ những kẻ thù địch là bị bỏ rơi. Tuy nhiên, từ những quý tộc thù địch, anh ta không chỉ phải lo sợ bị bỏ rơi mà còn có thể họ sẽ nổi dậy chống lại anh ta. Đối với họ, trong những vấn đề này, họ sáng suốt và sắc sảo hơn, luôn phản ứng kịp thời để giữ an toàn cho bản thân và có được sự ủng hộ của người mà họ mong đợi sẽ thắng thế.

Ngoài ra, mặc dù hoàng tử sẽ luôn phải sống với những người giống nhau, nhưng anh ấy không cần các quý tộc để cai trị tốt. Mỗi ngày, anh ta có thể thay đổi chúng bằng cách trao hoặc tước bỏ quyền hành của chúng theo ý muốn.

Để làm rõ hơn vấn đề này, tôi nói rằng các quý tộc chủ yếu nên được nhìn nhận theo hai cách - họ định hình sở thích của mình để phù hợp với hoàng tử hoặc không. Những người phù hợp với sở thích của họ với hoàng tử và không tham lam phải được tôn vinh và yêu mến, trong khi những người không phù hợp với sở thích của hoàng tử có thể bị xử lý theo hai cách. Họ có thể hành động theo cách do sự hèn nhát và thiếu can đảm bẩm sinh. Trong trường hợp này, hoàng tử nên tận dụng chúng, đặc biệt là những người đưa ra lời khuyên tốt. Vì vậy, trong thời điểm tốt, anh ta tôn trọng họ và trong thời điểm tồi tệ, anh ta không phải sợ họ.

Tuy nhiên, nếu họ từ chối phù hợp với lợi ích của hoàng tử do tư lợi thì đó là dấu hiệu cho thấy họ đang nghĩ về bản thân nhiều hơn hoàng tử. Hoàng tử nên tự bảo vệ mình trước những người như vậy và sợ họ như thể họ là kẻ thù không đội trời chung của hoàng tử bởi vì, trong những thời điểm khó khăn, họ sẽ quay lại chống hoàng tử và giúp hủy hoại hoàng tử.

Vì vậy, bởi lý do này, ai muốn trở thành hoàng tử nhờ sự ưu ái của người dân nên giữ mối quan hệ thân thiện với họ. Điều này dễ dàng thực hiện, coi tất cả những gì họ muốn là không bị hoàng tử áp bức. Tuy nhiên, một người, nếu không có sự ủng hộ của người dân, trở thành hoàng tử nhờ sự ưu ái của các quý tộc thì phải tìm cách thu phục mọi người về phe mình.

Hoàng tử có thể dễ dàng làm điều này bằng cách đưa họ dưới sự bảo vệ của mình bởi vì con người khi nhận được điều tốt từ người mà họ mong đợi điều ác, sẽ gắn bó hơn với ân nhân này. Do đó, người dân trở nên sùng kính hoàng tử hơn là khi hoàng tử được nâng lên nắm quyền bởi sự ưu ái của họ.

Hoàng tử có thể giành được sự ủng hộ của họ theo nhiều cách, nhưng vì những điều này thay đổi tùy thuộc vào hoàn cảnh, con người không thể đặt ra các quy tắc cố định và vì vậy tôi sẽ bỏ qua chúng. Tuy nhiên, tôi nhắc lại, một hoàng tử cần phải thân thiện với người dân, nếu không sẽ không có sự an toàn trong những thời điểm khó khăn.

Nabis,[19] hoàng tử của Sparta, đã bảo vệ đất nước và chính phủ của mình chống lại tất cả các cuộc tấn công của Hy Lạp và các cuộc xâm lược của La Mã. Để vượt qua nguy hiểm này, ông chỉ cần đảm bảo an toàn cho bản thân trước một số ít. Điều này không đủ nếu mọi người ghét ông ta. Và đừng để bất cứ ai tấn công với câu nói cổ rằng, "Ai xây dựng trên dân, xây dựng trên bùn". Câu nói này đúng khi một công dân bình thường đặt nền móng của mình ở đó và tự thuyết phục mình một cách ngu ngốc rằng nhân dân sẽ giúp mình giải phóng khi bị kẻ thù áp bức như đã xảy ra với Gracchi[20] ở Rome và Florentine với Messer Giorgio Scali.[21]

Nhưng nếu người là một vị hoàng tử có tài về chỉ huy và dũng cảm và là một người có tinh thần và khả năng thì sẽ giữ được mọi người phấn khởi - một người như vậy sẽ không bao giờ thấy mình bị bỏ rơi bởi mọi người và sẽ được chứng minh rằng ông ta đã xây dựng được một nền tảng vững chắc.

Các quốc gia dân sự này trở nên nguy hiểm khi chúng được chuyển giao từ quyền lực dân sự sang một chính phủ độc tài vì các hoàng tử như vậy hoặc tự mình cai trị hoặc thông qua các hội đồng. Trong trường hợp thứ hai, chính phủ này yếu và kém an toàn hơn vì dựa vào thiện chí của các công dân được đặt vào hội đồng, và họ, đặc biệt là trong các thời điểm khó khăn, có thể dễ dàng phân tán để thủ tiêu chính quyền bằng cách lừa dối hoặc nổi loạn.

Hoàng tử sẽ không có cơ hội giữa cuộc nổi dậy để thực hiện quyền lực tuyệt đối vì các công dân và thần dân, đã quen với việc nhận chỉ thị từ hội đồng, sẽ không sẵn sàng tuân theo mệnh lệnh của ông. Trong những tình huống bất ổn, hoàng tử sẽ luôn thiếu người mà ông ta có thể tin tưởng.

Vì vậy, một hoàng tử không thể dựa vào những gì mình quan sát được vào những lúc thái bình khi dân chúng cần quốc thái dân an vì khi đó, mọi người đều đồng ý với mình. Mọi người đều hứa khi cái chết còn xa sẽ chết vì tổ quốc. Nhưng gặp lúc hoạn nạn, khi quốc gia cần dân, hoàng tử sẽ chỉ tìm được một số ít. Thật vậy, thử nghiệm chuyển từ chế độ dân sự sang chính phủ độc tài toàn trị rất nguy hiểm vì nó chỉ có thể được thử một lần.

Do đó một hoàng tử khôn ngoan phải luôn tìm cách nắm giữ thần dân trong tình trạng cần tới quốc gia và cần tới mình, được vậy, hoàng tử sẽ luôn tìm thấy họ trung thành.

CHƯƠNG 10

Cách Đo Lường Sức Mạnh Của Các Quốc Gia

Để xem xét đặc điểm của các quốc gia, cần phải xem xét thêm một điểm, đó là liệu một hoàng tử có quyền lực, trong lúc cần thiết có thể tự hỗ trợ bằng nguồn lực của mình hay không hay phải dựa vào sự trợ giúp của người khác.

Để làm cho điều này khá rõ ràng, tôi coi những người có thể tự hỗ trợ bản thân bằng nguồn lực của mình là những người có thể, bằng sự dồi dào của người đó hoặc tiền bạc, xây dựng một đội quân đủ để tham gia trận chiến chống lại bất kỳ ai tấn công họ. Tôi cũng coi những người luôn dựa vào sự trợ giúp của người khác là những người không thể chống lại kẻ thù của họ trong trận chiến mà buộc phải tự vệ bằng cách thu mình lại sau một bức tường.

Trường hợp đầu tiên đã được thảo luận, nhưng tôi sẽ đề cập lại nếu nhu cầu xuất hiện. Trong trường hợp thứ hai, người ta không thể nói bất cứ điều gì ngoài việc khuyến khích các hoàng tử chăm sóc việc cung cấp và củng cố thị trấn của họ chứ không phải dựa trên bất kỳ tài khoản nào để bảo vệ thị trấn. Bất kỳ ai củng cố thị trấn của mình tốt và quản lý tốt các mối quan tâm khác như đã nêu ở trên, sẽ không bao giờ bị tấn công mà không cần thận trọng từ thù địch. Con người luôn ác cảm với những hoàn cảnh khó khăn rõ ràng và sẽ không dễ dàng gì để tấn công một người cai quản một thị trấn được củng cố tốt và người dân không ghét bỏ người này.

Các thành phố của Đức[22] hoàn toàn tự do; họ sở hữu rất ít vùng nông thôn xung quanh và chỉ tuân theo mệnh lệnh của nhà vua khi điều kiện phù hợp với họ. Họ không sợ điều này hoặc bất kỳ sức mạnh nào có thể xảy ra xung quanh bởi vì họ được củng cố theo cách mà mọi người đều nghĩ rằng việc giành lấy nó bằng cuộc tấn công trực tiếp sẽ rất tẻ nhạt và khó khăn.

Sở dĩ được như vậy vì họ có công sự kiên cố, có đủ pháo đài và đủ vật tư trong kho công cộng để ăn, uống, chiến đấu suốt một năm trời. Bên cạnh đó, để người dân được sống mà không lãng phí tiền bạc, chính phủ luôn tạo công ăn việc làm cho cộng đồng bằng các công trình xây dựng thành phố để từ đó người dân được ăn no, mặc ấm. Chính quyền coi trọng việc huấn luyện quân sự và hơn thế nữa, họ ban hành nhiều luật để hỗ trợ cho các điều đó.

Vì vậy, hoàng tử giữ một thành phố vững chắc và không khiến bản thân bị ghét bỏ sẽ không bị tấn công. Nếu ai dám tấn công, người đó sẽ chỉ bị đẩy lùi trong thất bại.

Bởi vì tình hình thế giới luôn thay đổi, hầu như không ai có thể giữ một đội quân nhàn rỗi trong vòng vây trong một năm. Người ta có thể phản đối bằng cách nói, "Nếu người ta có tài sản bên ngoài thành phố, bị bốc cháy, họ sẽ không còn kiên nhẫn vì cuộc bao vây quá lâu và tài sản bị phá hủy sẽ khiến họ quên mất hoàng tử của mình". Tôi trả lời rằng một hoàng tử dũng cảm và mạnh mẽ sẽ vượt qua những khó khăn như vậy bằng cách cho thần dân của mình, một mặt hy vọng rằng cái ác sẽ không tồn tại lâu, mặt khác sợ sự tàn ác của kẻ thù đối phó với những thần dân có xu hướng quá bạo dạng.

Hơn nữa, kẻ thù đương nhiên sẽ ngay lập tức đốt phá và tàn phá vùng nông thôn khi đến vào thời điểm mà tinh thần của người dân đang sôi sục và sẵn sàng phòng thủ. Vì những lý do này, hoàng tử không có gì phải lo lắng. Bởi vì sau này, khi tinh thần của người dân đã nguội lạnh, tổn thương đã xảy ra, không còn cách nào khắc phục được nữa.

Do đó, người dân sẽ sẵn sàng đoàn kết hơn với hoàng tử, khi thấy rằng ông ta mắc nợ họ sau khi nhà bị đốt cháy và tài sản bị hủy hoại trong sự bảo vệ của Hoàng tử. Điều này là do con người, về bản chất, bị ràng buộc bởi những lợi ích mà họ cho ngang bằng với những lợi ích mà họ nhận được. Thực vậy, nếu những điều này được xem xét cẩn thận, sẽ không khó để một hoàng tử khôn ngoan giữ cho tâm trí của công dân của mình mạnh mẽ và trung thành từ đầu đến cuối khi hoàng tử tiếp tục hỗ trợ và bảo vệ họ.

CHƯƠNG 11

Những Quốc Gia Giáo Hội

B ây giờ, tất cả những gì còn lại để thảo luận là các quốc gia giáo hội. Tất cả những khó khăn xảy ra trước khi chiếm hữu hoặc bằng vận may hoặc do tài năng, có thể được bảo đảm mà không cần hai điều này để giữ vì chúng được tuân thủ bởi luật tôn giáo cổ đại. Những giáo luật rất mạnh mẽ và có tính chất như vậy nên các quốc gia này có thể được bảo đảm bất kể là các hoàng tử cư xử và sống như thế nào.

Riêng những hoàng tử có các quốc gia không cần họ bảo vệ và những thần dân không cần tới sự cai trị. Các quốc gia này, mặc dù không cần bảo vệ nhưng không bị tước đoạt ra khỏi họ. Các thần dân này, mặc dù không cần cai trị và không cần lo âu nhưng họ không có nhu cầu hoặc khả năng nổi loạn.

Do đó, chỉ có những quốc gia kiểu này mới an toàn và hạnh phúc. Được giữ bởi những sức mạnh mà trí óc con người không thể đạt tới, tôi sẽ không nói thêm về điều đó. Vì nó được tạo ra và được duy trì bởi thượng đế, sẽ là một hành động tự phụ và ngu xuẩn khi thảo luận về nó.

Tuy nhiên, nếu có ai hỏi tôi làm thế nào mà giáo hội có thể đạt được những thành tựu to lớn như vậy về quyền lực trần gian thì thấy rằng cho đến thời Alexander, các nhà lãnh đạo Ý không đặt nặng quyền lực trần gian của giáo hội. Tuy nhiên, giờ đây, một vị vua Pháp đang run sợ trước giáo hội và giáo hội đã có thể đánh đuổi vua Pháp và hủy hoại người dân Venice - mặc dù điều này có thể rất rõ ràng, nhưng nó đáng được mô tả một lần nữa.

Trước Charles, vua Pháp, đến Ý, đất nước này nằm dưới sự kiểm soát của giáo hoàng, người Venice, vua Naples, công tước Mỹ Lan và công tước Florentines. Có hai mối quan tâm lớn giữa các nhà lãnh đạo này - thứ nhất là không có quân đội nước ngoài nào vào Ý và thứ hai là không ai trong số họ lấy đất của người khác. Những người mà họ lo lắng nhất là giáo hoàng và người dân Venice.

Để hạn chế người Venice, cần phải có sự hợp nhất của tất cả những người khác, vì đây là để bảo vệ Ferrara. Để hạn chế quyền lực giáo hoàng, họ đã sử dụng các nam tước ở Rome, được tạo thành từ hai nhóm - Orsini và Colonnese. Hai nhóm này luôn có lý do để cãi vã và thường thể hiện lực lượng hùng mạnh của họ chống lại giáo hoàng hầu khiến giáo hoàng yếu đuối và bất lực. Mặc dù đôi khi có vị giáo hoàng dũng cảm, nhưng cả may mắn và trí tuệ đều không thể giúp ông loại bỏ những vấn đề này. Ngoài ra, cuộc đời ngắn ngủi của một giáo hoàng cũng là một nguyên nhân dẫn đến sự yếu kém, trung bình mỗi giáo hoàng có 10 năm tại vị và rất khó để giảm bớt quyền lực của một trong các nhóm. Ví dụ, nếu một giáo hoàng gần như loại bỏ nhóm Colonnesi và sau đó một giáo hoàng khác thù địch với Orsini lên vị trí, Colonnesi sẽ trỗi dậy trở lại và ông ta sẽ không có đủ thời gian để tiêu diệt Orsini. Đây là lý do tại sao quyền lực của giáo hội không được coi trọng ở Ý.

Tuy nhiên, đây không phải là trường hợp trong thời của giáo hoàng Alexander đệ lục. Trong tất cả các vị giáo hoàng đã từng làm, ông đã cho thấy một vị giáo hoàng có cả tiền và quyền lực có thể thành công như thế nào. Với sự giúp đỡ của con trai ông, Cesare Borgia và việc Pháp xâm lược Ý như một cơ hội, ông đã thực hiện tất cả những điều mà tôi đã thảo luận ở trên trong hành động của Cesare.

Mặc dù ý định của ông không vì lợi ích của nhà thờ nhưng đối với Cesare, hành động của ông đã góp phần vào sự vĩ đại của giáo hội, sau khi ông qua đời và Cesare kết thúc, giáo hội trở thành người thừa kế tất cả công sức của ông.

Giáo hoàng Julius kế vị ngay sau giáo hoàng Alexander và thấy rằng giáo hội hùng mạnh, chiếm hữu toàn bộ vùng đất Romagna, các nam tước của La Mã giảm xuống không còn gì và qua nỗ lực của Alexander, Colonnesi và Orsini đã hoàn toàn suy yếu. Ông đã nhìn thấy cơ hội để tích lũy tiền theo cách chưa từng được thực hiện trước thời Alexander.

Những điều như vậy không những Julius làm theo mà còn được cải thiện. Ông ta dự định chiếm Bologna, tàn phá người Venice và đánh đuổi người Pháp ra khỏi Ý. Ông ta không chỉ đạt được những mục tiêu này mà còn được những người khác tín nhiệm. Ông đã làm tất cả những gì có thể để củng cố giáo hội chứ không phải bất kỳ thực thể cá nhân nào.

Julius giữ Orsini và Colonnesi trong ranh giới trước đây. Mặc dù một số người trong số họ cố gắng gây rắc rối, nhưng ông vẫn giữ vững hai điều - sự vĩ đại của giáo hội mà ông khiến họ phải khiếp sợ và ông không cho phép họ có hồng y riêng vì họ có thể gây ra những cuộc cãi vã. Bất cứ khi nào các nhóm này có hồng y, họ không im lặng lâu. Các hồng y đã nuôi dưỡng các nhóm như Orsini ở Rome và các nam tước buộc phải hỗ trợ họ. Do đó, từ tham vọng của các hồng y đã nảy sinh tình trạng hỗn loạn và nổi loạn giữa các nam tước.

Vì lý do này, giáo hoàng Leo là người quyền lực nhất và người ta có thể hy vọng rằng nếu các giáo hoàng khác làm cho nó vĩ đại bằng vũ khí, thì ngài sẽ làm cho giáo hội trở nên vĩ đại hơn và được kính trọng hơn với lòng tốt và các nhân đức vô biên của ngài.

CHƯƠNG 12

Có Bao Nhiêu Loại Lính Và Vấn Đề Lính Đánh Thuê

Tôi đã mô tả các đặc điểm của mỗi loại thể chế quân chủ mà tôi đã đề xuất để thảo luận. Tôi đã cân nhắc ở mức độ nào đó các nguyên lý tốt xấu. Tôi cũng đã chỉ ra các phương pháp mà nhiều người dùng để chiếm đoạt và giữ gìn lãnh thổ. Bây giờ, tôi bàn thêm các qui luật chung về tấn công và phòng thủ cho mỗi trường hợp.

Như ở trên, chúng ta đã thấy sự cần thiết của một hoàng tử để đặt nền móng vững chắc. Nếu không, ông ta sẽ bị tiêu diệt. Nền tảng chính của tất cả các quốc gia, dù mới hay cũ hay hỗn hợp, là nền pháp trị tốt và lực lượng quân sự mạnh mẽ. Vì không thể có luật pháp tốt nếu không có lực lượng quân đội mạnh, nên một quốc gia có lực lượng quân đội mạnh sẽ có luật pháp tốt. Tôi sẽ bỏ qua phần luật trong cuộc thảo luận này và chỉ tập trung vào các lực lượng quân sự.

Các đội quân mà hoàng tử sử dụng để bảo vệ quốc gia của mình hoặc là của riêng hoàng tử hoặc lính đánh thuê hoặc phụ trợ hoặc hỗn hợp. Lính đánh thuê và lực lượng phụ trợ là vô dụng và nguy hiểm. Nếu hoàng tử nắm giữ một quốc gia mà dựa vào những đội quân này thì sẽ không ổn định và không an toàn vì họ chia rẽ, đầy tham vọng, vô kỷ luật, không trung thành, can đảm trước mặt bạn bè và hèn nhát trước quân thù. Họ không sợ thượng đế và không trung thực với mọi người.

Việc bị tiêu diệt chỉ hoãn lại khi một cuộc tấn công được hoãn lại. Vì trong hòa bình, chúng sẽ cướp bóc ta và lúc chiến tranh thì kẻ thù của ta sẽ làm vậy. Trên thực tế, họ không có hứng thú hay lý do tranh đấu nào khác ngoài một khoản tiền trợ cấp nhỏ không đủ để khiến họ chết vì mục tiêu của ta. Họ sẵn sàng trở thành binh lính của ta khi đang hòa bình, nhưng nếu chiến tranh xảy ra, họ sẽ biến mất hoặc chạy trốn khỏi kẻ thù.

Tôi sẽ không gặp chút khó khăn khi chứng minh về điều này, vì sự tàn phá của nước Ý là do không có gì khác ngoài việc dựa vào những tên lính đánh thuê giúp đỡ trong nhiều năm. Mặc dù họ đã từng lập một số chiến công trong quá khứ và tỏ ra dũng cảm, nhưng khi ngoại bang kéo đến đến, chúng đã cho chúng ta thấy sự thật về họ.

Vì vậy, Charles, vua Pháp, được phép tiếp quản Ý mà không gặp bất kỳ sự kháng cự nào. Bất cứ ai nói với chúng ta rằng điểm yếu của chúng ta là nguyên nhân của nó thì đã nói lên sự thật. Tuy nhiên, chúng không phải là điểm yếu tưởng tượng mà là những thứ tôi đã mô tả. Chúng là các điểm yếu của hoàng tử và chính các hoàng tử cũng đã phải gánh chịu những hậu quả.

Tôi muốn chứng minh thêm sự nguy hiểm của những người lính này. Các đội trưởng lính đánh thuê hoặc là những người có tài năng hoặc không. Nếu có thì ta không thể tin tưởng vì họ luôn khao khát sự vĩ đại của cá nhân mình, bằng cách áp bức hoàng tử, chủ nhân của họ , hoặc họ gây hấn tiêu diệt kẻ khác trái với ý định của hoàng tử. Nhưng nếu đội trưởng không đủ năng lực thì hoàng tử sẽ phải bị tiêu diệt theo cách thông thường.

Giả sử có người tranh luận rằng bất kỳ người lính nào cũng sẽ hành động theo cách tương tự, dù là lính đánh thuê hay không, tôi sẽ trả lời rằng khi binh lính được sử dụng, bởi hoàng tử hay thể chế cộng hòa, hoàng tử phải đích thân thực hiện nghĩa vụ của một đội trưởng, trong khi thể chế cộng hòa thì chỉ định một công dân giữ chức vụ đó. Khi một người được cử đi không hoàn thành nhiệm vụ của mình, cần có người thay thế. Khi có một đội trưởng xứng đáng, anh ta phải tuân thủ luật pháp để người này không bước ra khỏi giới hạn.

Kinh nghiệm cho thấy rằng cả hoàng tử và thể chế cộng hòa đều làm tốt hơn nếu làm riêng một mình, trong khi lính đánh thuê không làm gì khác ngoài việc gây ra thiệt hại. Thật khó để đưa một nước cộng hòa có quân đội của riêng mình dưới tay một công dân hơn là đưa một nước được trang bị quân đội đánh thuê. Rome và Sparta đã đứng trong một thời gian dài với quân đội của riêng họ và giữ tự do cho họ. Người dân Thụy Sĩ có quân đội hùng mạnh của riêng mình và rất tự do.

Một ví dụ về lính đánh thuê cổ đại là Carthaginians,[24] những người bị áp bức bởi lính đánh thuê của họ sau cuộc chiến đầu tiên với người La Mã, mặc dù người Carthage đã có công dân của họ làm đội trưởng. Sau cái chết của Epaminondas,[25] Philip of Macedon đến chỉ huy binh lính của họ bởi Thebans, và sau khi chiến thắng, ông đã tước tự do của họ.

Công tước Filippo[26] chết, người Milanese đã thuê Francesco Sforza để chống lại người Venice, và anh ta, sau khi vượt qua kẻ thù ở Caravaggio, đã cùng với người Venice tiêu diệt người Milanese, chủ nhân của anh ta. Cha của anh, Sforza, được thuê bởi nữ hoàng Giovanna[27] của Naples, nhưng ông đã không bảo vệ cô, thay vì buộc cô phải lao vào vòng tay của vua Aragon để bảo toàn vương quốc của mình.

Mặt khác, người Venice và người Florentine mở rộng lãnh thổ của họ bằng cách sử dụng lính đánh thuê, tuy nhiên các đội trưởng không lấy vương miện mà bảo vệ họ. Dù vậy, tôi nghĩ rằng Florentines, trong trường hợp này, đã may mắn vì trong số những đội trưởng có khả năng mà họ có thể sợ hãi, một số không thể giành chiến thắng, một số chống đối và những người khác đã chuyển tham vọng của họ sang nơi khác.

Một trong những người thua cuộc là Giovani Acuto và vì anh ta không thắng trận chiến, nên lòng trung thành của anh ta không thể được chứng minh. Dĩ nhiên, tất cả mọi người đều thừa nhận rằng nếu anh ta thắng trận chiến, những người Florentines sẽ nhân nhượng cho anh ta.

Sforza luôn bị Bracceschi phản đối nên họ để mắt tới nhau. Francesco chuyển tham vọng của mình sang Lombardy, còn Braccio thì quay lưng chống lại với nhà thờ và vương quốc Naples.

Bây giờ, chúng ta hãy quay trở lại những gì đã xảy ra gần đây. Florentines đã bổ nhiệm Paolo Vitelli[28] làm đội trưởng của họ, một người rất cẩn thận, người đã vươn lên từ một công dân bình thường và trở nên rất nổi tiếng. Nếu anh ta lấy Pisa, không ai có thể phủ nhận rằng Florentines sẽ có mối quan hệ tốt với anh ta. Đó là bởi vì nếu anh ta đứng với kẻ thù thì họ sẽ không có cách nào để kháng cự và nếu họ thân thiết với anh ta, họ sẽ không có lựa chọn nào khác ngoài tuân theo anh ta.

Người Venice, nếu thành tích của họ được xem xét, sẽ được coi là đã hành động một cách an toàn và vinh quang, vì cung cấp quân đội của mình để tham chiến, thực hiện một cách anh dũng với các quý tộc và thần dân được trang bị vũ khí. Đây là trước khi họ chuyển sự chú ý sang đất liền. Khi bắt đầu chiến đấu trên bộ, họ đã từ bỏ đức tính này để tuân theo phong tục của Ý.

Buổi đầu mở mang bờ cõi, vì không có nhiều đất đai để kiểm soát và danh tiếng lẫy lừng, nên họ không hề sợ hãi trước các đội trưởng của mình. Tuy nhiên, khi mở rộng quy mô, họ bắt đầu nếm mùi thất bại trong việc thuê lính đánh thuê. Tìm thấy một nhân vật dũng cảm ở Carmagnola, chứng kiến cảnh họ đánh bại công tước của Mỹ lan dưới sự lãnh đạo của anh ấy, và một mặt, biết anh ấy đã trở nên ấm áp như thế nào trong chiến tranh, sợ rằng anh ấy sẽ không mang lại chiến thắng nào cho họ nữa. Mặt khác, họ không sẵn lòng hoặc không thể để anh ta đi vì họ không muốn mất những gì họ đã có được.

Họ buộc phải giết anh ta để bảo vệ chính mình. Sau đó, họ có ban lãnh đạo mới trong quân đội gồm các đội trưởng Bartolomeo da Bergamo, Roberto da San Severino, bá tước Pitigliano và nhiều người tương tự. Dưới sự dẫn dắt của những vị đội trưởng này, họ sợ mất mát mà không được lợi, như đã xảy ra tại Vailà,[29] nơi chỉ trong một trận chiến, người Venice đã mất tất cả những gì họ có được trong vòng tám trăm năm.

Khi sử dụng những lính đánh thuê này, phần thưởng đến chậm và không đáng kể. Tuy nhiên, những mất mát thì đột ngột và thiệt hại. Qua những ví dụ trên, chúng ta có thể thấy rằng Ý đã bị cai trị từ rất lâu bởi lính đánh thuê. Tôi muốn thảo luận kỹ hơn về chúng để sau khi nhìn thấy sự tăng trưởng và kinh lý của chúng, người ta có thể được trang bị tốt hơn để chống lại chúng.

Người ta phải hiểu rằng các đế chế gần đây đã bị tiêu diệt ở Ý. Giáo hoàng có được nhiều quyền lực hơn và nước Ý được chia thành nhiều tiểu quốc, có nhiều thành phố lớn sử dụng vũ khí để nổi dậy chống lại giới quý tộc, những người trong quá khứ đã dựa vào quyền lực của nhà cầm quyền để áp bức người dân. Trong khi điều này đang xảy ra, giáo hội đã ủng hộ họ để có thêm quyền lực.

Ở nhiều thành phố khác, công dân của họ trở thành hoàng tử. Như vậy, Ý một phần rơi vào tay giáo hội và một phần rơi vào tay các nước cộng hòa. Giáo hội, được tạo thành từ các linh mục và các nước cộng hòa, không phải là công dân quân sự nên phải thuê người nước ngoài làm lính đánh thuê.

Người đầu tiên trở thành lính đánh thuê nổi tiếng là Alberigo da Comio[30] đến từ Romagna. Sau này có Braccio và Sforza, là những bậc thầy của Ý trong thời gian đó. Kể từ đó, nhiều đội trưởng khác đã tiếp tục chỉ huy những đội quân này.

Kết cục của tất cả sự dũng cảm của họ là Ý bị xâm lược bởi Charles, bị cướp bởi Louis, bị bóc lột bởi Ferdinand và bị sỉ nhục bởi Switzers. Phương pháp tác chiến của họ trước tiên là hạ thấp danh tiếng của bộ binh để có thể gia tăng danh tiếng của họ. Họ làm điều này vì sống bằng lương và không có lãnh thổ, họ không thể nuôi được nhiều binh lính.

Hơn nữa, họ không có thẩm quyền đối với bộ binh và buộc phải sử dụng kỵ binh. Bằng cách này, với một lực lượng vừa phải, họ có thể duy trì danh tiếng của mình. Tuy nhiên, điều này có nghĩa là trong số quân đội với 20,000 binh sĩ thì chỉ có tối đa là 2,000 bộ binh.

Bên cạnh đó, họ sử dụng mọi thủ đoạn để giảm bớt sự mệt mỏi và nguy hiểm cho bản thân và binh lính của họ. Các thủ thuật này bao gồm không giết người trong trận chiến mà bắt tù nhân và thả họ mà không yêu cầu tiền. Họ không tấn công các thị trấn vào ban đêm và binh lính của các thị trấn cũng không tấn công trại của họ vào ban đêm. Họ không rào xung quanh trại, không có kho vũ khí, không xây chiến hào và cũng không chiến đấu vào mùa đông.

Tất cả những thứ này là qui tắc chiến đấu trong quân đội được họ đặc ra, như tôi đã nói, để tránh mệt mỏi và nguy hiểm. Kết quả là họ đã hủy hoại danh tiếng của Ý và đưa nước này vào vòng nô lệ.

CHƯƠNG 13

Đội Quân Phụ Trợ, Đội Quân Hỗn Hợp Và Đội Quân Riêng

Quân đội phụ trợ là một loại binh lính vô dụng khác được tuyển dụng khi hoàng tử cần phải cầm vũ khí, như đã được giáo hoàng Julius thực hiện trong thời gian gần đây. Giáo hoàng, trong cuộc tấn công chống lại Ferrara, sau khi nhận được kết quả kém cỏi từ lính đánh thuê, đã chuyển sang cho những người lính phụ trợ. Ông đã thương lượng với vua Tây Ban Nha là Ferdinand để mượn quân giúp đỡ. Những người lính này có thể giúp ích và tốt cho chủ nhân của họ, nhưng đó là một bất lợi cho người yêu cầu nó. Bởi vì nếu họ thua, hoàng tử sẽ bị hủy hoại, và nếu họ thắng, hoàng tử sẽ bị dưới sự kiểm soát của họ.

Mặc dù lịch sử cổ đại có thể đầy những ví dụ, nhưng tôi không muốn bỏ qua trường hợp gần đây của giáo hoàng Julius đệ nhị - một mối nguy hiểm không thể không kể đến. Giáo hoàng Julius, vì muốn có được vùng đất Ferrara, đã đặt mình hoàn toàn vào tay người nước ngoài. Tuy nhiên, vận may của ông lại mang đến biến cố thứ ba để ông không bị ảnh hưởng bởi quyết định tồi tệ này.

Những người lính phụ trợ của ông đã bị đánh bại triệt để ở Ravenna và quân Thụy Sĩ bất ngờ đến và xua đuổi những kẻ chinh phục. Do đó, ông ta không trở thành tù nhân cho kẻ thù của mình kể từ khi họ bị đuổi đi và không nằm dưới sự kiểm soát của đội quân phụ trợ của mình vì họ đã bị kẻ thù của ông ta tiêu diệt.

Người Florentines, hoàn toàn không có quân đội, đã cử mười nghìn binh lính Pháp đến đánh chiếm vùng đất Pisa, sau đó họ phải gánh chịu nhiều nguy hiểm hơn bất kỳ rắc rối nào khác của họ.

Hoàng đế của Constantinople[31] đã cử 10 vạn binh lính Thổ Nhĩ Kỳ đến chiếm đóng Hy Lạp để chống lại lâng bang. Khi chiến tranh kết thúc, người Thổ Nhĩ Kỳ không rời khỏi Hy Lạp, do đó, bắt đầu chế độ nô lệ của người Hy Lạp với các ngoại bang.

Vì vậy, hãy để những người không có tham vọng chinh phục sử dụng quân phụ trợ, vì chúng nguy hiểm hơn nhiều so với lính đánh thuê. Đối với họ, sự tàn phá của ta đã được định trước bởi vì họ đoàn kết và tuân theo chỉ huy của họ. Nhưng với những người lính đánh thuê, khi họ đã thắng trận, cần nhiều thời gian và cơ hội tốt hơn để tổn thương ta. Chúng hợp nhất, được ta thuê và trả lương. Thống lãnh là người thứ ba mà ta đã dựng nên. Cho nên, không thể cùng một lúc mà hắn có đủ thẩm quyền để làm tổn thương ta.

Tóm lại, với lính đánh thuê, hèn nhát là mối nguy hiểm lớn nhất còn lính cứu trợ thì can đảm. Vì vậy, một hoàng tử khôn ngoan sẽ luôn tránh những loại binh lính này và sử dụng quân đội của riêng mình. Ta thà thua với quân đội của mình hơn thắng trận bằng quân đội ngoại bang. Một chiến thắng thật sự không thể đạt được với quân ngoại bang.

Tôi sẽ không ngần ngại trích dẫn Cesare Borgia và hành động của ông ta. Cesare tấn công Romagna với binh lính phụ trợ, chỉ lấy những người lính Pháp và cùng với họ chiếm được vùng đất Imola và Forli. Nhưng sau đó ông thấy không thể tin tưởng vào những người lính phụ trợ và chuyển sang lính đánh thuê, nhận thấy rằng họ ít nguy hiểm hơn. Ông tranh thủ sự giúp đỡ của Orsini và Vitelli, và nhận thấy họ không đáng tin cậy, không chung thủy và nguy hiểm, ông đã tiêu diệt họ và thành lập đội quân của riêng mình.

Có thể thấy ngay sự khác biệt giữa các loại quân đội này khi người ta xem xét sự khác biệt về danh tiếng của Cesare khi ông có lính Pháp, khi ông có Orsini và Vitelli và khi ông có binh lính của riêng mình. Khi dựa vào binh lính của chính mình, danh tiếng của ông tăng lên. Nhiều người đã đánh giá cao ông ta khi họ thấy rằng ông là người chủ tuyệt đối của quân đội mình.

Tôi không có ý định vượt ra ngoài những ví dụ của Ý và gần đây, nhưng tôi không muốn loại bỏ Hiero, Syracusan, một trong những người đã được đề cập trước đó. Người này, như tôi đã nói, được phong làm đội trưởng cho quân đội Syracusan và sớm phát hiện ra rằng không thể sử dụng một đội quân đánh thuê. Khi ông nhận ra rằng ông không thể giữ chúng hoặc bắn chúng, ông đã xé chúng ra và phá hủy chúng. Sau đó, ông đã sử dụng binh lính của chính mình để chiến đấu chứ không phải binh lính nước ngoài.

Tôi cũng muốn đề cập đến một ví dụ từ Kinh Thánh áp dụng cho chủ đề này. Đa-vít (David)[32] đã hiến thân cho vua Sau-lơ (King Saul) để chiến đấu với Gô-li-át (Goliath). Để tạo cho Đa-vít lòng can đảm, vua Sau-lơ đã trang bị vũ khí riêng cho ông, nhưng Đa-vít đã từ chối ngay sau khi mặc chúng. Ông ta nói rằng mình không thể sử dụng chúng và thay vào đó mong muốn đối đầu với kẻ thù bằng vũ khí đơn giản của riêng mình. Kết luận, vũ khí của người khác sẽ rơi từ sau lưng bạn, đè bạn xuống hoặc trói bạn xuống.

Charles đệ thất, cha của Vua Louis đệ bát, người bằng tài năng và lòng dũng cảm đã giải phóng nước Pháp khỏi nước Anh, thừa nhận sự cần thiết phải trang bị vũ khí cho lực lượng của chính mình. Trong vương quốc của mình, Charles đã thiết lập luật liên quan đến binh lính. Sau đó, con trai của ông, vua Louis, bãi bỏ bộ binh và bắt đầu thuê người Thụy Sĩ. Sai lầm này, tiếp theo những sai lầm khác, giờ đây được coi là mối nguy hiểm cho vương quốc đó. Điều này là do Louis đã phá hoàn toàn quân đội riêng của mình để tăng danh tiếng cho người Thụy Sĩ. Bởi vì ông ta không có bộ binh, những người lính khác của ông được chỉ huy bởi người Thụy Sĩ, và đã quen với việc chiến đấu sát cánh với Thụy Sĩ, họ không thể chiến đấu một mình được nữa.

Vì vậy, có vẻ như người Pháp không thể chiến đấu chống lại người Thụy Sĩ, và nếu không có người Thụy Sĩ, Pháp không thể chống lại những người khác. Quân đội Pháp, do đó, trở thành hỗn hợp - một phần lính đánh thuê và một phần binh lính của quốc gia. Danh tiếng của loại quân này cao hơn lính đánh thuê hoặc quân phụ trợ nhưng kém hơn so với quân đội riêng của một người. Ví dụ này chứng minh điều đó - vương quốc Pháp sẽ mạnh hơn nếu luật pháp của Vua Charles được củng cố và duy trì.

Tuy nhiên, sự ngây thơ của hầu hết mọi người, khi bắt đầu một công việc mới thoạt nhìn có vẻ tốt, sẽ không cho họ nhìn thấy chất độc ẩn chứa trong đó, như tôi đã từng nói về những cơn sốt nặng. Vì vậy, nếu một hoàng tử không thể nhận ra mối nguy hiểm cho đến khi nó đã xảy ra thì ông ta không thực sự khôn ngoan; cái nhìn sâu sắc này chỉ được chỉ định cho một số ít.

Nếu xem xét sự sụp đổ đầu tiên của đế chế La Mã, chúng ta sẽ thấy rằng nó bắt đầu với việc tuyển mộ người Goth.[33] Từ thời điểm đó, quyền lực của đế chế La Mã bắt đầu suy giảm và tất cả uy tín của họ đều được truyền lại cho người Goth.

Do đó, tôi kết luận rằng không có vương quốc nào an toàn nếu không có quân đội của chính mình. Ngược lại, hoàn toàn phụ thuộc vào vận may vì không có đủ dũng khí trong lúc khó khăn để tự vệ. Ý kiến và nhận định của những người thông thái luôn là quan điểm và nhận định của những người khôn ngoan rằng không có gì là chắc chắn hoặc ổn định cho danh tiếng hoặc quyền lực nếu không dựa vào sức mạnh của chính mình.

Quân đội riêng mình là quân đội bao gồm chủ thể, công dân hoặc những người phụ thuộc vào đất nước. Bất kỳ hình thức nào khác sẽ là lính đánh thuê hoặc phụ trợ. Sẽ dễ dàng tìm ra cách để tạo ra và chuẩn bị sẵn sàng một quân đội quốc gia nếu các quy tắc mà tôi đề xuất trước đó được xem xét cẩn thận. Ngoài ra, người ta phải xem xét cách Philip, cha của Alexander đại đế và nhiều nước cộng hòa và hoàng thân khác, đã tự trang bị và tổ chức như thế nào.

CHƯƠNG 14

Hoàng tử Với Nghệ Thuật Chiến Tranh

Một hoàng tử không nên có bất kỳ mục tiêu hay suy nghĩ nào khác, cũng như không được chọn bất kỳ điều gì khác cho nghiên cứu của mình, bất cứ điều gì ngoài chiến tranh, các quy tắc và kỷ luật của nó. Đây là nghệ thuật duy nhất của kẻ cai trị và không những nó giúp cho các hoàng tử thế tập tại vị bảo vệ địa vị mình mà còn giúp cho những công dân bình thường tiến lên địa vị hoàng tử.

Thông thường, khi hoàng tử nghĩ đến hòa bình hơn chiến tranh thì sẽ mất nước. Lý do tại sao mất nước là vì họ bỏ bê môn nghệ thuật này. Cũng vậy, lý do lãnh thổ được mở rộng là từ sự thành thạo do môn này. Francesco Sforza, thành thạo nghệ thuật chiến tranh, đã thay đổi từ một công dân bình thường trở thành công tước của Mỹ lan. Mặt khác, các con của ông, tránh những khó khăn và rắc rối của chiến tranh, đã chuyển từ công tước thành thường dân.

Trong số rất nhiều tệ nạn mà không có quân đội sẽ mang lại cho ta là nó khiến mình bị khinh thường. Đây là một trong những mối nguy hiểm mà một hoàng tử phải đề phòng cho bản thân. Có một sự khác biệt lớn giữa có vũ trang và không có vũ trang. Sẽ không hợp lý nếu mong đợi một người được trang bị vũ khí sẵn sàng nhường nhịn một người không có vũ khí hoặc người không có vũ khí cảm thấy an toàn khi ở giữa những người hầu cận có vũ khí. Điều này là do trong khi một người coi thường người kia thì người kia sẽ nghi ngờ người này. Do đó, khiến họ khó có thể làm việc cùng nhau.

Thật vậy, một hoàng tử không hiểu nghệ thuật chiến tranh, trong số những nhược điểm khác đã đề cập, không thể được các binh sĩ của mình tôn trọng, cũng như không thể dựa vào họ. Vì vậy, một hoàng tử không bao giờ được để nghệ thuật chiến tranh rời khỏi tâm trí của mình và ngay cả trong thời bình, cũng phải luyện tập nhiều hơn lúc chiến tranh. Ta có thể làm điều này theo hai cách, bằng hành động hoặc nghiên cứu.

Với hành động, trên tất cả mọi thứ, hoàng tử phải giữ cho binh lính của mình được huấn luyện và tổ chức tốt. Ngoài ra, nên luyện tập như khi lâm trận để cơ thể có sức chịu đựng và tìm hiểu bản chất của địa hình thiên nhiên. Hoàng tử phải hiểu rõ địa hình vùng núi, thung lũng, đồng bằng và hiểu bản chất của sông ngòi và đầm lầy. Hoàng tử phải tìm hiểu về tất cả các địa hình này để phân tích và lập kế hoạch cẩn thận.

Kiến thức này hữu ích theo hai cách. Đầu tiên, hoàng tử học cách biết về đất nước mình để bảo vệ nó tốt hơn. Sau đó, với kiến thức và khả năng quan sát địa hình ở đất nước của mình, hoàng tử có thể dễ dàng hiểu được bất kỳ khía cạnh nào cần nghiên cứu thêm. Điều này là do những ngọn đồi, thung lũng, đồng bằng, sông ở Tuscany, có một số điểm tương đồng nhất định với các quốc gia khác. Vì vậy, với kiến thức này về một khía cạnh của đất nước ta, ta có thể dễ dàng có được kiến thức về đất nước khác.

Bất kỳ hoàng tử nào thiếu kỹ năng này đều thiếu đi những yếu tố cần thiết mà mọi nhà cầm quân cần phải có. Nó dạy cho hoàng tử cách gây bất ngờ cho kẻ thù, chọn địa điểm cắm trại, điều động và tổ chức quân đội trong khi chiến đấu và bố trí bao vây các thị trấn một cách tốt nhất.

Philopoemen,[34] hoàng tử của Achaeans, trong số những ca ngợi khác mà các nhà văn đã viết về ông ta, được khen ngợi bởi vì trong thời bình, ông ta không bao giờ có bất kỳ suy nghĩ nào khác ngoài các quy tắc của chiến tranh. Trong khi lang thang trên các cánh đồng với bạn bè, ông ấy thường dừng lại để lý luận với họ, "Nếu kẻ thù ở trên ngọn đồi đó và chúng ta đang ở đây cùng với quân đội của mình, ai sẽ có lợi thế? Làm thế nào chúng ta có thể tiến lên tiếp cận với kẻ thù mà không bị mất hàng ngũ? Nếu chúng ta muốn rút lui thì sao? Nếu kẻ thù chạy, chúng ta phải đuổi theo chúng như thế nào? "

Ông ta sẽ đưa ra các đề xuất về tất cả các kịch bản chiến tranh có thể xảy ra và lắng nghe ý kiến của họ, đồng thời bày tỏ ý kiến của mình với những lý do xác đáng. Bởi các cuộc thảo luận liên tục này mà không bao giờ có thể có bất kỳ tình huống bất ngờ nào phát sinh trong cuộc chiến tranh mà ông ta không chuẩn bị để đối phó.

Nhưng để rèn luyện trí não của mình, hoàng tử nên đọc lịch sử và nghiên cứu hành động của những người nổi tiếng, xem cách họ ứng xử trong chiến tranh, tìm ra nguyên nhân chiến thắng hay thất bại của họ để tránh điều sau và thi hành điều trước. Trên tất cả, hoàng tử nên làm theo những gì những người nổi tiếng này, những người đã tìm thấy người đã nổi tiếng và được ca ngợi để noi gương, đã làm trong quá khứ và ghi nhớ những thành tích và hành động của họ.

Người ta nói rằng Alexander đại đế bắt chước Achilles, Cesare bắt chước Alexander và Scipio bắt chước Cyrus. Bất cứ ai đọc cuộc đời của Cyrus, do Xenophon viết, sẽ nhận ra sau đó trong cuộc đời của Scipio, việc bắt chước Cyrus đã mang lại cho ông ta vinh quang như thế nào và sự thân thiện, tốt bụng và hào phóng của Scipio đã phù hợp với những điều đã được viết ra của Cyrus bởi Xenophon.

Một hoàng tử khôn ngoan nên tuân theo một số quy tắc như vậy. Hoàng tử không bao giờ được nhàn rỗi trong thời bình mà hãy trau dồi kiến thức để luôn sẵn sàng ứng phó khi đối mặt với nghịch cảnh để khi tài vận thay đổi và vận rủi ập đến, hoàng tử luôn chuẩn bị sẵn sàng để chống lại chúng.

CHƯƠNG 15

Liên Quan Đến Vấn Đề Con Người, Đặc Biệt Là Hoàng Tử Về Việc Khen Ngợi Hay Đổ Lỗi

Bây giờ chúng ta xem xét những gì nên là quy tắc ứng xử của hoàng tử đối với thần dân và bạn bè của mình. Tôi biết rằng nhiều sách vở đã viết về chủ đề này và mọi người có thể nghĩ rằng tôi tự phụ khi đưa nó lên một lần nữa, đặc biệt là vì tôi sẽ không làm theo phương pháp của người khác. Tuy nhiên, ý định của tôi là viết những gì người đọc có thể thấy hữu ích bằng cách nói sự thật thực sự của vấn đề hơn là tưởng tượng về nó.

Nhiều người đã tưởng tượng về các nước cộng hòa và vương quốc theo những cách mà trên thực tế, họ chưa bao giờ được biết đến hoặc nhìn thấy. Đó là bởi vì cách một người sống bây giờ khác xa với cách người đó phải sống. Bất cứ ai phớt lờ thực tế hiển nhiên để tưởng tượng về những gì đáng lẽ phải xảy ra sẽ sớm gây ra sự hủy diệt của chính mình hơn là sự bảo vệ. Một người chọn hành động hoàn toàn đạo đức sẽ sớm bị tiêu diệt trong số rất nhiều người không tốt trên thế giới.

Do đó, một hoàng tử muốn tồn tại phải biết làm điều ác hay không tùy theo nhu cầu của mình. Vì vậy, chúng ta hãy tạm gác những tưởng tượng liên quan đến hoàng tử và thảo luận về thực tế. Tôi nói rằng tất cả mọi người, khi được đề cập đến, đặc biệt là các hoàng tử do địa vị cao, đều được chú ý vì những giá trị đặc biệt khiến họ bị chê trách hoặc khen ngợi. Đây là lý do tại sao người ta được biết đến là hào phóng hay keo kiệt, hào phóng hay tham lam, tàn nhẫn hay nhân ái, không trung thành hay trung thành, mềm mỏng và hèn nhát hay táo bạo và dũng cảm, thân thiện hay kiêu hãnh, đa dâm hay thuần khiết, chân thành hay xảo quyệt, dễ dãi hay nghiêm túc, tôn giáo hoặc không tín ngưỡng, vân vân.

Tôi biết rằng một số người sẽ thú nhận rằng một hoàng tử có tất cả những đức tính tốt trên đây là điều đáng mừng, nhưng bản chất con người của chúng ta không cho phép chúng ta có tất cả những phẩm chất hoàn hảo đó. Vì vậy, hoàng tử cần phải cẩn thận đủ để tránh những lời trách móc của những điều xấu đó để khiến mình bị mất ngôi vị. Ngoài ra, hoàng tử nên tránh, nếu có thể, những thói hư làm mất nước. Nhưng, nếu không tránh được thì hoàng tử cũng không nên do dự mà làm những điều đó. Hơn nữa, hoàng tử không cần cảm thấy lo lắng về việc bị chỉ trích hành vi xấu xa đó vì nó cần thiết trong việc giữ gìn quốc gia. Bởi vì nếu mọi thứ được xem xét cẩn thận, có khi hoàng tử phải làm một việc mà tin là đúng với đạo lý thì bị tiêu diệt. Trong khi làm một việc khác, có vẻ sai, nhưng lại được an toàn và thịnh vượng.

CHƯƠNG 16

Sự Hào Phóng Và
Sự Keo Kiệt

Trong hai phẩm tính trên đây, được tiếng hào phóng thì tốt hơn. Tuy nhiên, sự hào phóng được thực hiện theo cách không mang lại danh tiếng thì có hại. Nếu một người tỏ ra hào phóng thật sự mà không nổi danh thì không thể tránh được sự chỉ trích ngược lại là bần tiện.

Vì vậy, bất cứ ai muốn duy trì danh tiếng hào phóng đều phải tỏ ra kỳ lạ trong việc thể hiện lòng hào hiệp của mình. Hoàng tử làm điều này sẽ sử dụng hết tài sản cho những hành vi như vậy và cuối cùng sẽ buộc phải gánh nặng quá mức cho người dân bằng cách đánh thuế và làm mọi thứ có thể để kiếm nhiều tiền hơn.

Điều này sẽ sớm làm cho mọi người ghét và khi trở nên nghèo, hoàng tử sẽ không có giá trị đối với mọi người. Với tính hào phóng đã làm mất lòng nhiều nhưng thưởng ít, hoàng tử sẽ bị ảnh hưởng bởi mọi rắc rối và gặp rủi ro khi có dấu hiệu nguy hiểm. Một khi hoàng tử thức tỉnh và muốn tránh vấn đề thì sẽ bị chỉ trích là keo kiệt.

Nếu khôn ngoan thì hoàng tử không sợ bị gán cho là keo kiệt. Theo thời gian, hoàng tử sẽ được đánh giá cao hơn nếu hào phóng bởi vì điều này sẽ trở nên rõ ràng rằng nền kinh tế dồi dào, rằng hoàng tử có thể tự vệ trước mọi cuộc tấn công và rằng hoàng tử có thể thực hiện các dự án mà không phải gánh nặng cho thần dân. Vì vậy, điều sẽ xảy ra là hoàng tử thực hiện được lòng rộng lượng đối với nhiều người và hà tiện đối với số ít.

Chúng ta đã không thấy những điều phi thường được thực hiện trong thời đại này ngoại trừ những người bị coi là keo kiệt; những kẻ còn lại đều thất bại. Giáo hoàng Julius đệ nhị nổi tiếng là hào phóng trước khi trở thành giáo hoàng. Tuy nhiên, về sau, ông bỏ tính cách đó khi tuyên chiến với vua Pháp. Ông đã tiến hành nhiều cuộc chiến tranh mà không áp đặt bất kỳ khoản thuế đặc biệt nào tới thần dân bởi vì sự quản lý chặt chẽ các nguồn chi tiêu phụ trội trong thời gian chiến tranh từ tính tiết kiệm lâu dài của mình.

Vua hiện tại của Tây Ban Nha không thực hiện hoặc chinh phục nhiều cuộc phiêu lưu khó khăn nếu ông ta hào phóng. Vì vậy, một hoàng tử, không muốn bóc lột dân mình nhưng muốn có thể tự vệ, không trở nên nghèo khổ, bị ghét bỏ, tham lam, thì không cần phải lo lắng về việc mang tiếng là kẻ keo kiệt, vì đó là một trong những điều kiện cho phép hoàng tử cai trị.

Và nếu có ai đó cố gắng nói, "Cesare có một đế chế nhờ tính hào phóng và nhiều người khác đã đạt được những chức vụ cao nhất nhờ sự hào phóng hoặc chỉ vì được coi là hào phóng," tôi trả lời, "đó là khi bạn đã là một hoàng tử hoặc trên đường trở thành hoàng tử".

Trong trường hợp đầu tiên, sự hào phóng là nguy hiểm, trong khi nó rất cần được biết đến như là sự hào phóng trong trường hợp thứ hai. Cesare là một trong những người muốn đạt được quyền lực cao nhất ở Rome. Tuy nhiên, nếu vẫn hào phóng sau khi giành được vị trí đó và không hạn chế chi tiêu, ông ta sẽ phá hủy đế chế của mình.

Ngoài ra, nếu ai đó trả lời, "Nhiều người đã trở thành hoàng tử và làm những việc lớn với quân đội mà vẫn rất hào phóng," tôi sẽ nói, "Hoàng tử sử dụng tiền của mình hoặc của thần dân, hoặc của người khác".

Trong vế đầu tiên, người ta nên hết sức cẩn thận và vế thứ hai, không nên bỏ qua bất kỳ cơ hội nào cho lòng hảo tâm. Nếu một hoàng tử có một đội quân đi chinh phạt và cướp được tài sản của kẻ thù hoặc bất cứ thứ gì thuộc về người khác thì sự hào phóng là cần thiết. Nếu không, những người lính sẽ không tuân theo. Như ví dụ của Syrus, Cesare và Alexander, khi hoàng tử lấy được của cải từ người khác thì cần phải hào phóng. Điều này sẽ không khiến hoàng tử đánh mất danh tiếng của mình mà còn cải thiện vì chỉ phung phí những gì thuộc về người khác. Hào phóng trở nên nguy hiểm khi phung phí tài sản của chính mình.

Không có gì biến mất nhanh chóng bằng hào phóng. Hoàng tử mất thế lực trong lúc phung phí và trở thành nghèo nàn hoặc bị khinh khi. Lúc ấy muốn gỡ lại, hoàng tử phải bóc lột nhân dân và bị thù ghét. Hoàng tử nên tự bảo vệ mình, trên tất cả mọi thứ, chống lại bị khinh khi và bị oán ghét. Hào phóng dẫn đến cả hai. Vậy thượng sách là chịu mang tiếng keo kiệt mà không bị oán ghét còn hơn được tiếng hào phóng để sau này mang tiếng tham tàn với lòng oán ghét của mọi người.

CHƯƠNG 17

Sự Tàn Nhẫn Và Nhân Từ Và Liệu Được Yêu Thương Có Tốt Hơn Sợ Hãi?

Nói đến những phẩm chất khác được đề cập ở trên, tôi nói rằng mọi hoàng tử nên mong đợi bản thân mình được nhìn nhận là người nhân từ và không tàn nhẫn. Tuy nhiên, hoàng tử phải cẩn thận không để lòng tốt này bị lạm dụng.

Cesare Borgia được coi là tàn nhẫn, nhưng bất chấp điều đó, đã hòa giải được Romagna và thống nhất nó, mang lại hòa bình cho lãnh thổ và lòng trung thành của người dân. Nếu chúng ta xem xét điều này một cách cẩn thận, ông ta sẽ được thấy là nhân từ hơn Florentines, những người, để tránh mang tiếng là tàn nhẫn đã để toàn bộ tỉnh Pistoia bị phá hủy.

Vì vậy, hoàng tử, miễn là giữ cho dân tộc mình đoàn kết và trung thành, không nên bận tâm về danh tiếng tàn nhẫn. Chỉ cần một vài hành động điển hình, hoàng tử sẽ cho mọi người thấy mình là người nhân từ hơn những kẻ thông qua quá nhiều lòng thương xót, để cho bạo loạn dẫn đến giết chóc và cướp bóc phát sinh. Những vụ việc như vậy có khả năng làm tổn thương một lượng lớn công dân, trong khi các vụ hành quyết có thể dập tắt, chỉ ảnh hưởng đến một vài cá nhân.

Trong tất cả các hoàng tử, không thể có một hoàng tử mới lên ngôi tránh được tai tiếng tàn ác. Điều này là do các lãnh thổ mới có đầy rẫy những mối nguy hiểm cần được kiểm tra. Tuy nhiên, hoàng tử cũng phải chậm tin hoặc chậm hành động và không nên tỏ ra sợ hãi. Hoàng tử phải hành động một cách bình tĩnh với sự quan tâm và cảm thông đối với người dân của mình, sao cho sự tự tin thái quá không khiến mình bất cẩn và quá thận trọng không khiến mình nghi ngờ và không thể dung thứ.

Liên quan đến điều này, một câu hỏi được đặt ra, "Được yêu thương tốt hơn được sợ hãi hay được sợ hãi tốt hơn được yêu thương?" Tôi sẽ nói ngay lập tức rằng một hoàng tử phải phấn đấu vì cả hai, nhưng vì rất khó để kết hợp cả hai trong một người, nếu hoàng tử phải chọn một, thì sẽ an toàn hơn nếu chọn vì sợ hãi thay vì được yêu thương.

Lý do cho điều này là mọi người thường vô ơn, hay thay đổi, giả dối, hèn nhát và tham lam. Chừng nào ta còn thành công, họ sẽ ở lại với ta, sẵn sàng hiến dâng máu thịt, tài sản, tính mạng và con cái của họ khi cần thiết. Tuy nhiên, ngay khi có nhu cầu, họ sẽ quay lưng lại với ta.

Bất kỳ hoàng tử nào hoàn toàn tin vào những lời hứa của họ mà bỏ qua các biện pháp phòng ngừa sẽ bị tiêu diệt hoàn toàn. Tình yêu này là do những thứ họ cố gắng đạt được chứ không phải bởi tình cảm chân thành hay cao thượng. Yêu thương có thể kiếm được nhưng thường không an toàn và không thể dựa vào trong những lúc cần thiết. Con người ít sợ xúc phạm đến người mình yêu hơn kẻ họ sợ. Tình yêu này được giữ bởi một chuỗi ràng buộc mà do bản tính hay thay đổi, con người có thể phá vỡ bất cứ lúc nào có lợi cho họ. Mặt khác, nỗi sợ bị trừng phạt nghiêm khắc thì không bao giờ thất bại.

Tuy nhiên, hoàng tử cũng phải ra oai cho dân sợ theo cách mà nếu không giành được cảm tình thì cũng đừng để bị oán ghét. Hoàng tử có thể làm cho dân sợ uy quyền đồng thời không oán ghét mình. Muốn được vậy, hoàng tử phải không cướp tài sản và không đoạt vợ của thần dân. Nhưng khi cần thiết để lấy mạng ai thì hoàng tử phải làm điều đó với sự biện minh hợp lý và vì những lý do hiển nhiên. Nhưng trên hết mọi thứ, hoàng tử không được nhúng tay vào việc cướp phá tài sản người dân vì con người nhanh quên cái chết của cha mình hơn là mất tài sản của họ.

Bên cạnh đó, có một số tiền kỹ thuật số mà người ta có thể lấy đi các thuộc tính. Bất cứ ai đã từng cướp đi quyền sở hữu của người khác sẽ luôn tìm ra nhiều tiền đề hơn để lấy đi những gì thuộc về người khác. Ngược lại, lý do khiến lấy đi mạng sống khó tìm ra và đầy đủ hơn. Khi một hoàng tử có quân đội riêng của mình, với hàng trăm binh lính dưới quyền, thì điều rất cần thiết là hoàng tử không phải lo lắng về việc mang tiếng tàn ác bởi vì nếu không có nó, hoàng tử sẽ không thể giữ quân đội thống nhất hoặc kiểm soát họ để thi hành nhiệm vụ của họ.

Trong số tất cả chiến công vĩ đại của Hannibal,[35] ông được miêu tả là đang dẫn đầu một đội quân khổng lồ, bao gồm nhiều chủng tộc khác nhau, để chiến đấu ở nước ngoài, không có bất đồng giữa họ hoặc chống lại hoàng tử, dù ủng hộ hay chống lại. Điều này đến từ không gì khác ngoài sự tàn ác vô nhân tính cùng với lòng dũng cảm vô bờ bến của ông ta, khiến ông ta được kính trọng và sợ hãi trong mắt binh lính của mình. Nếu không có sự tàn nhẫn đó, không một đức tính nào khác của ông ta có thể đạt được hiệu quả đó. Nhiều tác giả tiểu thuyết một mặt ngưỡng mộ những thành tựu của ông và mặt khác, họ lên án những hành động dẫn đến những thành tựu đó.

Đúng là không có đức tính nào khác của ông có thể đủ, như có thể thấy trong trường hợp của Scipio, người vĩ đại nhất, không chỉ trong thời đại của ông mà còn trong toàn bộ lịch sử nhân loại. Tuy nhiên, điều này không ngăn được quân đội của ông nổi dậy chống lại ông ở Tây Ban Nha.

Cuộc nổi loạn này bắt nguồn từ không gì khác ngoài lòng tốt quá mức của ông ta, điều này khiến binh lính lờn mặt hơn so với thông lệ của chế độ quân sự. Vì điều này, ông đã bị Fabius Maximus chỉ trích tại thượng viện và bị gọi là một nhà lãnh đạo tồi. Một người trong thượng viện, muốn loại bỏ ông ta, nói rằng có nhiều người biết cách không mắc sai lầm tốt hơn nhiều so với việc sửa chữa những sai lầm khác của họ. Bản tính dễ chịu của ông ta, nếu ông ta tiếp tục chỉ huy, đúng lúc, sẽ phá hủy hoàn toàn danh tiếng và vinh quang của Scipio. May mắn thay, ông ta nằm dưới sự kiểm soát của thượng viện nên hành vi nguy hiểm này không những không được che giấu mà còn góp phần tạo nên vinh quang cho ông ta.

Trở lại câu hỏi được sợ hãi hoặc được yêu thương. Tôi đi đến kết luận rằng, vì con người yêu thương theo ý muốn của họ và sợ hãi theo ý muốn của hoàng tử. Một hoàng tử khôn ngoan nên tự đặt mình vào những điều nằm trong tầm kiểm soát của chính mình chứ không nằm trong sự kiểm soát của kẻ khác. Tuy nhiên, như đã nói, hoàng tử phải cố tránh sự oán ghét.

CHƯƠNG 18

Cách Hoàng Tử
Giữ Lời Hứa

M ọi người đều thừa nhận rằng một hoàng tử gương
mẫu là một người trung thành và sống một cuộc
đời liêm khiết, không gian dối. Tuy nhiên, kinh
nghiệm cho chúng ta thấy rằng những hoàng tử đã làm được
những điều tuyệt vời là những người không bận tâm đến việc
giữ lời hứa và thu hút mọi người bằng cách lừa dối.

Có hai cách để giành chiến thắng - theo luật lệ hoặc bằng
vũ lực. Phương pháp đầu tiên phù hợp với con người, trong
khi phương pháp thứ hai phù hợp với động vật. Tuy nhiên,
vì phương pháp đầu tiên khó dẫn đến thành quả, nên phương
pháp thứ hai cũng phải được sử dụng. Do đó, điều cần thiết
đối với hoàng tử là phải biết cách dùng cả thú lẫn người.

Điều này đã được dạy cho các hoàng tử bởi các nhà văn
cổ đại, người đã mô tả cách Achilles và nhiều hoàng tử cổ
đại khác được trao cho Chiron,[36] nhân mã để nuôi nấng, kỷ
luật và dạy dỗ. Điều này có nghĩa là họ đã dành cho một giáo

viên, một nửa người nửa thú. Vì vậy, điều cần thiết đối với một hoàng tử là phải biết sử dụng cả hai bản tính, vì bản tính này mà không có bản tính kia thì hầu như không bao giờ đủ.

Nếu hoàng tử bị buộc phải cư xử như một con thú, ông ta nên chọn cáo và sư tử. Vì sư tử không thể tự bảo vệ mình ra khỏi bẫy và cáo không thể tự vệ trước sói. Do đó cần phải trở thành một con cáo để đánh hơi bẫy và một con sư tử để chống lại bầy sói. Những người chỉ dựa vào con sư tử thì không hiểu họ đang làm gì.

Do đó, một hoàng tử khôn ngoan không nên giữ chữ tín khi một lời hứa chống lại mình và khi những lý do khiến lời hứa không còn tồn tại nữa. Nếu con người hoàn toàn tốt thì không cần quy tắc này, nhưng vì họ xấu xa và không giữ lời hứa, ta cũng không cần bị ràng buộc phải giữ lời hứa với họ. Hoàng tử sẽ không bao giờ thiếu những lý do chính đáng để biện minh cho việc không giữ lời hứa của mình. Vô số ví dụ hiện đại cho thấy biết bao nhiêu hiệp ước đã bị phá vỡ bởi các hoàng tử và nhiều cách khai thác con cáo tốt nhất để đạt thành công cho mình.

Tuy vậy, hoàng tử phải biết khôn ngoan để che giấu hành vi này và phải là một diễn viên giỏi. Con người rất đơn giản và do đó, họ chỉ quan tâm đến những nhu cầu thiết yếu hiện tại, đến nỗi bất cứ ai tìm cách lừa dối sẽ luôn tìm thấy một người sẽ cho phép người ấy bị lừa.

Một ví dụ gần đây tôi không thể bỏ qua trong im lặng là giáo hoàng Alexander đệ lục, người đã không làm bất cứ điều gì khác ngoài việc lừa dối mọi người và ông ta cũng không nghĩ đến việc làm gì khác. Ông ta luôn tìm ra những nạn nhân để lừa dối, vì không ai có những lời lẽ thuyết phục và hứa hẹn hơn, mặc dù bản thân không tôn trọng những lời hứa này. Những lời nói dối của ông luôn thành công theo ý mình vì ông hiểu rất rõ khía cạnh này của con người.

Do đó, hoàng tử cần có tất cả những đức tính tốt như tôi đã mô tả nhưng cũng cần thiết để giả vờ có chúng. Tôi cũng dám khẳng định rằng để có những phẩm chất này và luôn thể hiện chúng là điều nguy hiểm. Bởi vậy, sẽ rất hữu ích cho hoàng tử khi giả vờ có chúng - tỏ ra nhân từ, trung thành, hào phóng, sùng đạo, thẳng thắn nhưng đủ linh hoạt để thể hiện ngược lại những phẩm chất này khi cần.

Chúng ta phải hiểu rằng một hoàng tử, đặc biệt là khi mới lên ngôi, không thể làm những điều mà mọi người ca tụng, vì trong lúc buộc phải bảo vệ quốc gia, hoàng tử hành động trái với sự trung thực, rộng lượng, trung thành, tốt bụng và tôn giáo. Do đó, hoàng tử cần có một trí óc linh hoạt, sẵn sàng xoay chuyển bất kỳ hướng nào của vận may và sự biến đổi của mọi thứ. Mặc dù, như tôi đã nói ở trên, hoàng tử không nên từ bỏ điều tốt nếu không tránh được, nhưng vào lúc cần thiết, thì hoàng tử phải biết cách tiếp tục nó.

Với lý do này, hoàng tử nên cẩn thận để không có bất cứ điều gì lọt ra khỏi cửa miệng mà không hoàn toàn phù hợp với năm phẩm chất được liệt kê ở trên. Hoàng tử phải xuất hiện để mọi người được nhìn và nghe rằng mình là người đầy lòng tốt, trung thành, rộng lượng, trung thực và tôn giáo. Điều cuối là quan trọng nhất vì mọi người thường đánh giá bằng mắt nhiều hơn bằng tay. Hầu hết mọi người có thể nhìn thấy ngoại hình nhưng rất ít người đủ gần để cảm nhận hoàng tử. Số ít làm được thì không dám phản đối cái nhìn của số đông vì họ có sự ủng hộ của chính quyền. Hành vi con người, đặc biệt là hoàng tử, đừng dại mà thách đố vì mọi người đánh giá theo kết quả.

Vì lý do đó, hãy để cho hoàng tử được ghi công trong việc thu phục và bảo vệ quốc gia, và những phương tiện mà ông ta sử dụng sẽ được coi là trung thực và hoàng tử sẽ được mọi người ca tụng. Điều này là do đa số người dân thường chỉ biết nhận xét bề ngoài sự việc và những thành quả của nó. Trên thế giới này, khi đã có đa số người dân đồng lòng ủng hộ thì hoàng tử không cần để ý đến cái thiểu số đối lập.

Một hoàng tử trong thời hiện tại của chúng ta, người mà tôi sẽ không ngu ngốc gọi tên, không bao giờ rao giảng điều gì khác ngoài hòa bình và niềm tin nhưng lại thù địch với cả hai trong thực tế. Nếu làm theo những gì mà mình đã rao giảng, ông ta sẽ đánh mất danh tiếng và vương quốc của mình rất nhiều lần.

CHAPTER 19

Tránh Bị Khinh Miệt
Và Căm Ghét

Bây giờ, bởi vì tôi đã nói về những đặc điểm quan trọng mà một hoàng tử phải thể hiện, tôi muốn thảo luận ngắn gọn dưới chủ đề chung về những điều mà hoàng tử nên suy nghĩ để tránh những điều khiến mình bị ghét hoặc bị khinh thường. Nếu hoàng tử có thể tận dụng hết khả năng của mình thì hoàng tử không cần phải lo sợ bất kỳ mối nguy hiểm nào từ những lời chỉ trích khác.

Như tôi đã nói, điều khiến người dân phẫn nộ nhất là hành vi bóc lột tài sản và chiếm lấy phụ nữ của thần dân mình. Thái tử phải kiêng thực hành cả hai điều này. Khi cả tài sản và danh dự đều không bị đe dọa thì đa số công dân sẽ sống hạnh phúc. Rồi sau đó, hoàng tử chỉ phải đối mặt với tham vọng của một số ít mà mình có thể dễ dàng kiểm soát bằng nhiều cách.

Một hoàng tử sẽ bị khinh miệt nếu bị coi là hay thay đổi, nhu nhược, thiếu quyết đoán, độc ác hoặc thấp kém. Tất cả các thuộc tính này nên được tránh bởi hoàng tử. Trong hành động, hoàng tử nên cố gắng thể hiện sự vĩ đại, can trường, dũng cảm và điềm tĩnh. Trong các giao dịch riêng tư với thần dân của mình, hãy thể hiện rằng mệnh lệnh của mình là tuyệt đối. Hoàng tử phải duy trì danh tiếng của mình theo cách mà không ai có thể hy vọng lừa dối hoặc thao túng mình.

Hoàng tử thể hiện những phẩm chất tốt đẹp trên sẽ được tôn trọng và không dễ bị âm mưu chống lại. Vì lý do này, hoàng tử chỉ có hai điều phải sợ - một cuộc tấn công từ bên trong do các thần dân của mình và một từ các thế lực ngoại bang.

Để chống lại kẻ thứ hai, hoàng tử phải bảo vệ bằng cách trang bị vũ trang tốt và có đồng minh lương thực tốt, và nếu có vũ khí tốt, hoàng tử sẽ luôn có đồng minh tốt. Mọi thứ bên trong sẽ yên tĩnh nếu những thứ bên ngoài vẫn yên tĩnh, miễn là không bị quấy rầy bởi nổi loạn. Ngay cả khi bị xáo trộn bên ngoài, nếu hoàng tử học cách chuẩn bị và hành động như tôi đã nói trước đó, miễn là không bị tuyệt vọng thì hoàng tử sẽ chống lại bất kỳ cuộc tấn công nào. Như trong trường hợp Spartan của Nabis, tôi đã thảo luận ở trên.

Tuy nhiên, đối với thần dân của mình, nếu có sự xáo trộn từ bên ngoài, hoàng tử cũng phải lo bên trong đang có âm mưu phản loạn. Hoàng tử dễ dàng bảo vệ mình khỏi điều này là tránh hận thù và khinh miệt, bằng cách duy trì mối quan hệ tốt với thần dân của mình. Đây là điều quan trọng để hoàng tử đạt được, như tôi đã thảo luận ở trên.

Một trong những biện pháp hiệu quả nhất mà hoàng tử có thể thực hiện để ngăn chặn các cuộc nổi loạn là đảm bảo không bị người dân của mình ghét bỏ hoặc khinh thường. Đó là bởi vì kẻ chủ mưu của cuộc nổi loạn chống lại hoàng tử, mong đợi sẽ làm hài lòng người dân bằng cách loại bỏ hoàng tử. Nhưng khi thấy rằng, thay vì làm vui lòng người dân, hắn lại xúc phạm họ, kẻ phản bội sẽ không thể đủ can đảm để thực hiện kế hoạch. Như chúng ta đã biết từ kinh nghiệm, những khó khăn liên quan đến việc tổ chức một cuộc nổi dậy là vô hạn và vì vậy, nhiều cuộc nổi dậy đã bắt đầu, nhưng rất ít thành công.

Kẻ mưu phản không thể đơn độc lên kế hoạch một mình, cũng như hắn không thể phỏng đoán rằng những người được rủ rê sẽ có cùng bất mãn. Bởi khi thổ lộ âm mưu tạo phản cho kẻ bất mãn và chẳng may kẻ này lợi dụng cơ hội để mua chuộc lòng tin bằng cách tố cáo tội trạng cho hoàng tử biết; vì phản bội kẻ tạo phản, người này có thể chiếm lấy lợi thế; một mặt đạt được lợi ích chắc chắn, đằng khác rủi ro đáng ngờ và nguy hiểm liều lĩnh. Hắn phải là người bạn rất tốt của kẻ phản bội hoặc kẻ thù của hoàng tử nếu hắn quyết định giữ bí mật và tiếp tục kế hoạch.

Tóm lại, tôi nói rằng về phía phe phản bội, không có gì khác ngoài sự ngờ vực, ghen tị và sợ bị trừng phạt. Về phía hoàng tử, có luật pháp, sự uy nghiêm của ngai vàng, có sự bảo hộ của bạn bè và chính phủ để bảo vệ. Nếu cộng thêm thiện chí chung của người dân thì khó ai có thể khởi nghĩa thành công được. Trái lại, trong hoàn cảnh bình thường, kẻ phản bội chỉ sợ hãi trước khi thực hiện âm mưu, nhưng bây giờ hắn cũng phải sợ hãi về hậu quả sau khi phạm tội. Điều này là do mọi người giờ đây coi hắn là kẻ thù và do đó, tất cả hy vọng trốn thoát đã bị cắt đứt.

Có thể đưa ra nhiều ví dụ cho chủ đề này, nhưng tôi sẽ chỉ tập trung vào một ví dụ đã xảy ra vào thời của cha ông chúng ta. Messer Annibale, lãnh chúa của Bologna và ông nội của Annibale, đã bị sát hại bởi Canneschi, kẻ đã âm mưu chống lại Annibale, không còn người nào nào sống sót ngoại trừ đứa trẻ sơ sinh tên là Messer Giovanni. Ngay sau khi xảy ra án mạng, người dân vùng dậy giết hết bọn phản loạn Canneschi. Đây là kết quả của thiện chí chung của người dân đối với gia tộc Bentivogli những ngày ở Bologna. Nó vĩ đại đến nỗi sau cái chết của Annibale không còn ai khác để cai trị vương quốc. Nghe nói rằng có một hậu duệ của Bentivogli ở Florence là một thợ rèn, dân chúng đã cử người đến và phong anh ta làm người cai trị tạm thời cho đến khi Messer Giovanni đủ tuổi để cai trị.

Do đó, hoàng tử không nên sợ một âm mưu phản nghịch, miễn hoàng tử biết cách khiến dân chúng tỏ thiện chí với mình. Tuy nhiên, khi họ ghét và khinh bỉ, hoàng tử có lý do để sợ mọi người và mọi thứ. Các quốc gia có trật tự tốt và các hoàng tử khôn ngoan đã cẩn thận để không làm cho các quý tộc tuyệt vọng và giữ cho dân chúng hài lòng, vì đây là một mấu chốt quan trọng mà một hoàng tử phải xem xét.

Trong số các vương quốc có trật tự và được quản lý tốt nhất trong thời đại là Pháp, nơi chúng ta tìm thấy vô số thể chế tốt phụ thuộc vào tự do và an ninh của nhà vua. Trong số này, đầu tiên là quốc hội và chính quyền của nó. Những người thành lập vương quốc, biết rõ tham vọng và sự kiêu ngạo của giới quý tộc, nhận thấy cần phải được siết chặt và kiềm chế.

Mặt khác, biết rằng lòng căm thù của người dân được hình thành do sự sợ hãi từ các quý tộc, người dân muốn được bảo vệ, nhưng họ không muốn đó là trách nhiệm cụ thể của nhà vua. Vì vậy, để xóa bỏ những lời chỉ trích mà nhà vua có thể nhận được từ giới quý tộc vì đã ủng hộ người dân và từ người dân vì đã ủng hộ quý tộc, chính phủ đã thành lập một quốc hội gồm những người chịu trách nhiệm đánh bại giới quý tộc và ủng hộ người dân mà không bị khiển trách đến nhà vua.

Chúng ta không thể có một sự sắp xếp tốt hơn, hiệu quả hơn hoặc an toàn hơn cho cả vua và vương quốc. Từ điều này, người ta có thể rút ra một kết luận quan trọng khác rằng hoàng tử nên để các vấn đề trách móc cho người khác quản lý và chỉ giữ những vấn đề ân sủng trong tay mình. Tuy nhiên, tôi nghĩ rằng hoàng tử nên quan tâm đến các quý tộc nhưng không nên theo cách khiến người dân ghét mình.

Có lẽ đối với những người đã nghiên cứu về sự sống và cái chết của các đế chế La Mã, có lẽ nhiều người trong số họ sẽ là một ví dụ trái ngược với ý kiến của tôi. Nhìn thấy rằng nhiều vị hoàng đế trong số này sống cao quý và thể hiện nhiều phẩm chất tuyệt vời, tuy nhiên, họ đã đánh mất đế chế của mình hoặc bị giết bởi những kẻ có âm mưu chống lại họ. Do đó, để đáp lại những phản đối này, tôi sẽ mô tả tính cách của một số vị hoàng đế và chỉ ra rằng nguyên nhân dẫn đến sự hủy diệt của họ không khác những nguyên nhân mà tôi đã mô tả. Đồng thời, tôi sẽ chỉ xem xét những điều có liên quan đến những người đã nghiên cứu các sự kiện của thời gian đó.

Tôi chỉ cần đưa tất cả các hoàng đế kế vị đế chế từ nhà triết học Marcus xuống Maximinus là đủ. Họ là Marcus và con trai Commodus, Pertinax, Julian, Severus và con trai Antoninus Caracalla, Macrinus, Heliogabalus, Alexander, và Maximinus.

Cần lưu ý rằng trong khi ở các quốc gia khác, các hoàng tử chỉ phải chống chọi với tham vọng của giới quý tộc hoặc sự xấc xược của người dân thì các hoàng đế La Mã lại gặp khó khăn thứ ba để xem xét - sự tàn ác và tham lam của binh lính. Đây là một vấn đề nan giải đã mang đến sự đổ nát cho nhiều người, khó có thể làm hài lòng cả quân và dân. Người dân yêu hòa bình và sẽ tôn trọng một vị hoàng đế hòa bình, trong khi những người lính muốn những vị hoàng đế ham chiến tranh, những người táo bạo, tàn nhẫn và tham lam. Những người lính muốn hoàng đế thực hiện những hành vi này đối với người dân để họ thu được lợi ích kép từ sự tham lam và độc ác của mình.

Những điều này thường xuyên xảy ra khiến các hoàng tử mất đi quyền lực, nếu do sinh ra hoặc được đào tạo, họ không có đủ tài năng để nắm cả hai quyền lực. Hầu hết họ, đặc biệt là những người mới nắm quyền, nhận ra sự khó khăn trong việc quản lý hai lực lượng đối lập này nên có xu hướng nhượng bộ những yêu cầu của binh lính hơn là quan tâm đến sự tổn thương của người dân. Thật không may, đây là một hành động cần thiết để thực hiện bởi vì nếu hoàng tử không thể tránh bị ai đó ghét bỏ, họ phải tránh bị mọi người ghét bỏ và khi không thể làm điều này, điều tốt nhất là tránh sự thù hận của những kẻ quyền lực hơn.

Kết quả là những vị hoàng tử, do thiếu kinh nghiệm, cần những ân huệ để hỗ trợ những người lính chống lại người dân. Hành động này có hiệu quả hay không phụ thuộc vào việc hoàng tử có biết cách sử dụng quyền lực của mình đối với họ hay không.

Vì tất cả những lý do này, Marcus, Pernitax và Alexander, tất cả đều là những người sống khiêm tốn, yêu công lý, kẻ thù của sự tàn ác, lòng tốt và lòng kiêu hãnh, tất cả đều đi đến một kết cục buồn, ngoại trừ Marcus. Marcus được phép sống và chết trong danh dự vì ông ta lên nắm quyền bằng cha truyền con nối và không mắc nợ gì đối với binh lính hay người dân của mình. Có rất nhiều phẩm chất khiến ông ta được tôn trọng khi còn sống, giữ cả hai lực lượng ở vị trí của họ và không bị ghét bỏ cũng không bị khinh thường.

Do Pertinax được phong làm hoàng tử trái với mong muốn của những người lính. Họ đã quen sống tự do theo luật của Commodus và không thể chịu nổi cuộc sống tử tế mà Pertinax muốn ép buộc họ. Vì vậy, họ có lý do để ghét Pertinax và sự khinh bỉ lại thêm vào sự căm ghét vì ông ta đã già và đã bị lật đổ ngay từ đầu triều đại của mình.

Chúng ta cũng nên lưu ý ở đây rằng một người có thể bị ghét bỏ khi làm cả việc tốt cũng như việc xấu. Vì vậy, như tôi đã nói trước đây, bất kỳ vị hoàng tử nào muốn giữ lấy ngai vàng thường buộc phải làm điều ác. Khi cơ chế mà ta cần để duy trì quyền lực bị thối nát, dù là dân chúng, binh lính hay quý tộc, ta phải phục tùng ý thích của họ để thỏa mãn cho họ và khi đó, những việc làm tốt sẽ không gây hại cho bạn.

Chúng ta hãy quay trở lại câu chuyện về Alexander. Ông ấy vĩ đại đến nỗi một trong những lời ca tụng dành cho ông ta là "trong suốt mười bốn năm trị vì của ông ấy, không ai bị xử tử mà không bị xét xử". Tuy nhiên, vì ông ta bị coi là yếu đuối và là một người để cho mình được quản lý bởi mẹ mình, ông ta bị coi thường và quân đội đã âm mưu chống lại và đã giết chết ông ta.

Bây giờ xem lại những hành vi này với những hành vi tương phản của Commodus, Severus, Antoninus Caracalla và Maximus, chúng ta sẽ thấy rằng tất cả họ đều độc ác và tham lam. Những người này, để thỏa mãn binh lính của mình, đã không ngần ngại gây thương tích cho người dân. Tuy nhiên, tất cả bọn họ, ngoại trừ Severus, đều có một kết cục tồi tệ.

Severus có rất nhiều dũng khí đến nỗi, ngay cả khi hỗ trợ binh lính và áp bức dân chúng, ông vẫn luôn có thể cai trị một cách hòa bình vì đức độ của mình khiến ông được cả binh lính và người dân ngưỡng mộ. Dân chúng tỏ ra kính sợ và kinh ngạc về ông, trong khi binh lính thì tôn trọng và hài lòng.

Bởi vì những hành động của người này, với tư cách là một hoàng tử mới, là tuyệt vời và đáng chú ý, tôi muốn chỉ ra một cách ngắn gọn rằng hoàng tử phải biết cách sử dụng chỗ mạnh của cáo và sư tử, những bản chất của chúng, như tôi đã nói ở trên, là quan trọng như thế nào cho các hoàng tử noi gương.

Vì Severus biết về sự lười biếng của hoàng đế Julian, ông đã thuyết phục quân đội của Sclavonia, do ông làm đội trưởng, đến Rome để trả thù cho cái chết của Pertinax, người đã bị quân Pháp giết chết. Với lý do này, ông không cho thấy rằng mình muốn giành vị trí quyền lực và ông đã chuyển quân đội của mình chống lại La Mã.

Severus đang ở Ý trước khi tin tức về sự xuất quân của ông được loan truyền. Sau khi đến Rome, quốc hội, vì sợ hãi, đã bầu ông làm hoàng đế và giết Julian. Sau sự khởi đầu này, nếu Severus muốn trở thành người thống trị toàn bộ đế chế, ông ta chỉ có hai thách thức - một ở châu Á, nơi mà Niger là chủ nhân của quân đội châu Á đã tuyên bố mình là hoàng đế và một ở phía Tây, nơi Albinus cũng khao khát được làm hoàng đế.

Severus nhìn thấy sự nguy hiểm khi tuyên chiến với cả hai người nên quyết định chỉ tấn công Niger và đánh lừa Albinus. Ông viết thư cho Albinus nói rằng vì mình đã được quốc hội bầu làm hoàng đế và ông muốn chia sẻ vinh dự này với Albinus. Ông đã phong cho Albinus tước hiệu Cesare và theo quyết định của quốc hội, chấp nhận Albinus làm đồng hoàng đế. Albinus tin rằng tất cả những điều này là thật. Nhưng Severus, sau khi đánh bại Niger, giết chết Niger và bảo vệ miền Đông, quay trở lại Rome và phàn nàn với quốc hội rằng Albinus, hầu như không biết ơn tất cả những lợi ích mà Albinus nhận được từ Severus, đã cố gắng giết Severus một cách phản bội. Vì vậy, Severus cần thiết phải tìm Albinus và trừng phạt hắn vì sự vô tâm của Albinus. Nên Severus tìm Albinus ở Pháp và lấy đi vương quốc cũng như mạng sống của Albinus.

Bất cứ ai kiểm tra kỹ hành động của người này sẽ thấy ông ta là một con sư tử rất dũng cảm và một con cáo rất xảo quyệt. Ông ta được mọi người kính sợ, tôn trọng và không bị quân đội ghét bỏ. Không có gì ngạc nhiên khi Severus, với tư cách là một hoàng tử mới, có thể nắm giữ đế chế rất tốt bởi vì danh tiếng can đảm của mình luôn bảo vệ ông khỏi sự oán ghét mà mọi người có thể dùng nó để chống lại sự tàn bạo của ông.

Con trai ông, Antoninus, là một người có quyền lực và phẩm chất cao. Điều này khiến ông được dân chúng khâm phục và được binh lính chấp nhận. ông ta là một quân nhân, rất có khả năng chịu đựng mọi khó khăn và coi thường mọi thức ăn cao lương và những thứ xa xỉ khác, khiến ông ta được quân lính yêu mến. Tuy nhiên, sự hung dữ và tàn nhẫn của ông quá lớn đến khó tin - sau những vụ giết người không ngừng nghỉ, ông đã giết một số lượng lớn người dân ở Rome và Alexandria. Ông ta bị cả thế giới căm ghét và sợ hãi bởi những người xung quanh đến nỗi ông ta đã bị sát hại bởi một người lính trong quân đội của mình.

Ở đây cần lưu ý rằng những vụ giết người như vậy, được cố ý thực hiện với quyết tâm và lòng can đảm tuyệt vọng, là điều không thể tránh khỏi đối với hoàng tử bởi vì chúng được thực hiện bởi những người không sợ chết. Tuy nhiên, một hoàng tử không cần phải sợ hãi vì chúng rất hiếm. Tất cả những gì hoàng tử phải làm là cẩn thận để không xúc phạm nghiêm trọng đến những thuộc hạ đang phục vụ dưới quyền mình. Antoninus đã không cẩn thận về điều này. Ông đã giết anh trai của người lính đó và đe dọa anh ta hàng ngày, nhưng ông ta vẫn giữ anh ta làm vệ sĩ. Hóa ra, đây là một việc làm ngu xuẩn và đó là ngày tàn của hoàng đế.

Bây giờ chúng ta hãy đến với Commodus, người đã nắm giữ đế chế một cách vô cùng dễ dàng vì ông ta đã giành được nó bằng quyền di truyền với tư cách là con trai của Marcus.

Chỉ cần ông tiếp bước cha mình là đủ và điều này sẽ làm hài lòng cả dân chúng lẫn binh lính. Nhưng ông ta sinh ra với một tính khí tàn nhẫn và cứng đầu. Vì vậy, để thực hiện sự tàn ác của mình, ông đã cho binh lính của mình quá nhiều quyền tự do để đối xử tồi tệ với mọi người. Ngoài ra, ông cũng không tôn trọng địa vị của mình, thường xuyên lui tới chốn quan trường để tranh đoạt với binh lính và làm những việc xấu xa không xứng đáng với ngôi vị hoàng đế. Vì vậy, ông bị quân lính khinh thường, bị nhóm này ghét bỏ và bị nhóm kia khinh thường. Cuối cùng, ông ta đã bị âm mưu chống lại và bị giết.

Bây giờ, vẫn còn phải thảo luận về tính cách của Maximus. Ông ta là một người rất hiếu chiến và vì quân đội chán ghét sự yếu kém của Alexander, điều mà tôi đã nói ở trên, họ đã giết Alexander và bầu Maximus làm hoàng đế. Tuy nhiên, Maximus không giữ được ngai vàng lâu vì hai điều là ông bị ghét bỏ và bị khinh bỉ.

Đầu tiên là ông ta xuất thân từ tầng lớp thấp, trước đây là một người chăn cừu. Mọi người đều biết điều này và chính điều này đã mang lại cho ông sự khinh bỉ lớn vì họ coi đó là lý lịch không phù hợp cho một hoàng đế. Thứ hai là khi ông chính thức trở thành hoàng đế, ông trì hoãn việc đến La Mã để nắm giữ vương quyền. Ông ta nổi tiếng là độc ác bởi đã thực hiện nhiều hành vi tàn ác thông qua các đại diện của mình ở Rome và khắp mọi nơi trong đế chế.

Vì vậy, cả thế giới phẫn nộ vì ông ta có địa vị thấp và sợ hãi sự tàn ác của ông ấy. Châu Phi nổi dậy đầu tiên, sau đó là quốc hội, cùng với mọi người ở Rome và tất cả người dân ở Ý cũng âm mưu chống lại ông ta. Trước đó, họ gia nhập vào đội quân của chính ông ta, sau khi bao vây thành Aquileia và gặp khó khăn trong việc chiếm giữ nó, họ cảm thấy ghê tởm trước sự tàn ác của ông ta. Nhìn thấy có nhiều người chống lại ông ta, quân đội không sợ và giết chết ông ta.

Tôi không muốn thảo luận về Heliogabalus, Macrinus, hay Julian, những người vì bị khinh thường nên đã nhanh chóng bị ám sát. Tuy nhiên, tôi sẽ kết thúc cuộc thảo luận này bằng cách nói rằng các hoàng tử trong thời đại của chúng ta ít gặp rắc rối hơn với khó khăn này khi mang lại cho binh lính của họ quá nhiều thỏa mãn. Mặc dù vậy, người ta phải tạo cho họ một số hình thức đặc quyền. Tuy nhiên, điều này nhanh chóng được giải quyết bởi vì không có hoàng tử nào có quân đội có cùng kinh nghiệm trong chính quyền và quản lý các bộ phận của đế chế như quân đội của đế chế La Mã. Sau đó, nếu điều cần thiết để làm hài lòng những người lính hơn là người dân, đó là bởi vì những người lính có thể làm hơn người dân. Nhưng bây giờ, điều cần thiết hơn là các hoàng tử, ngoại trừ những người cai trị của người Thổ Nhĩ Kỳ và Ai Cập, phải làm hài lòng người dân chứ không phải binh lính vì họ mạnh nhất.

Như đã đề cập ở trên, tôi loại trừ người cai trị của người Thổ Nhĩ Kỳ vì ông ta luôn giữ xung quanh mình mười hai nghìn lính bộ binh và mười lăm nghìn lính kỵ binh để bảo vệ và đảm bảo an toàn cho vương quốc. Người cai trị đó cần phải gác lại mọi việc quan tâm đến dân chúng mà vẫn niềm nở với quân sĩ. Vương quốc Ai Cập cũng tương tự như vậy. Ở hoàn toàn trong tay của binh lính, kẻ cầm quyền không cần lo cho dân, nhưng phải giữ binh lính là bạn của mình.

Người ta phải lưu ý rằng vương quốc Ai Cập không giống với bất kỳ vương quốc nào khác vì nó tương tự như được cai trị bởi giáo hoàng và không thể được gọi là cha truyền con nối hay chế độ quân chủ mới. Các con trai của hoàng tử không trở thành người thừa kế nhưng vẫn là quý tộc. Bất cứ ai trở thành vua đều được bầu vào vị trí đó bởi những người có thẩm quyền. Vì vậy, đây là một phong tục cũ, không thể được gọi là một chế độ quân chủ mới vì một số khó khăn của chế độ quân chủ mới không thể đáp ứng được ở đây. Ngay cả khi hoàng tử là người mới, các phong tục của quốc gia đã cũ và được đóng khung để tiếp nhận ông ta như thể ông ta là người cai trị cha truyền con nối.

Chúng ta hãy quay trở lại vấn đề chính. Tôi nói rằng bất cứ ai xem xét cẩn thận các bình luận ở trên sẽ suy ra rằng sự oán giận và khinh miệt đã dẫn đến sự hủy hoại các hoàng đế nói trên. Ngoài ra, chúng ta cũng thấy lý do tại sao, mặc dù một số hoàng tử cai trị theo cách này và những người khác theo cách khác, họ đều có kết cục bi thảm, trừ một người.

Thật vô ích và nguy hiểm cho Pertinax và Alexander, là những hoàng tử mới, bắt chước Marcus vì ông là hoàng tử cha truyền con nối. Tương tự như vậy, thật tai hại khi Caracalla, Commodus và Maximinus bắt chước Severus, vì họ không có đủ can đảm để cho phép họ tiếp bước ông.

Vì vậy, một hoàng tử mới trong một vương quốc mới không thể bắt chước hành động của Marcus hoặc làm theo hành động của Severus. Nhưng hoàng tử nên lấy những phần cần thiết từ Severus để thành lập vương quốc của mình và từ Marcus, những thứ hữu ích và vinh quang để giữ cho vương quốc vốn đã thành lập được an toàn và bảo đảm.

CHƯƠNG 20

Các Thành Trì Và Nhiều Thứ Khác Mà Hoàng Tử Thường Sử Dụng, Có Lợi Hay Có Hại?

Một số hoàng tử, để giữ an toàn cho vương quốc, đã tước vũ khí của thần dân; một số đã giữ dân số chia thành các thị trấn phe phái; một số cổ vũ cho người dân chống đối lại chính họ; một số người cố gắng thu phục những người ban đầu chống lại chính phủ của họ; một số người xây thành trì; Và một số người đánh sập và phá hủy các thành quách. Không ai có thể đưa ra phán quyết cuối cùng về tất cả những điều này trừ khi người ta biết chi tiết về tình trạng mà họ phải đưa ra quyết định như vậy. Tuy nhiên, tôi sẽ nói một cách toàn diện nhất có thể về những vấn đề này.

Chưa bao giờ có một hoàng tử mới tước vũ khí của thần dân. Ngược lại, bất cứ khi nào hoàng tử thấy họ không có vũ khí, ông luôn trang bị cho họ. Vì khi họ được trang bị vũ khí, những tay súng đó sẽ trở thành của hoàng tử; những người từng không tin tưởng trở nên trung thành và những người trung thành thì vẫn như cũ; từ công dân của hoàng tử, họ trở thành những người trung thành của ông. Mặc dù không phải ai cũng được trang bị vũ khí, nhưng khi những tay súng này được quyền lợi, những người khác có thể được xử lý tự do hơn.

Mặc dù phương pháp cai trị khác nhau, họ hoàn toàn hiểu. Những người được trang bị vũ khí trở thành người ủng hộ hoàng tử và những người không được trang bị vũ khí, chấp nhận rằng những người có trách nhiệm nguy hiểm hơn sẽ có phần thưởng cao hơn sẽ biện giải cho hoàng tử.

Ngược lại, khi bị tước vũ khí, hoàng tử xúc phạm đến công dân bằng cách thể hiện rằng mình không tin tưởng họ, vì hèn nhát hoặc vì muốn có lòng trung thành. Cả hai định kiến này đều tạo ra sự thù hận chống lại hoàng tử là bởi vì họ không thể không có vũ khí, cho nên họ phải quay sang những tên lính đánh thuê vô giá trị, như tôi đã thảo luận. Ngay cả khi những người lính đánh thuê tốt, họ sẽ không đủ tốt để bảo vệ hoàng tử khỏi những kẻ thù hùng mạnh và những công dân không đáng tin cậy. Vì vậy, như tôi đã nói, một hoàng tử mới trong một vương quốc mới phải luôn phân phát vũ khí. Lịch sử đầy những ví dụ như vậy.

Nhưng khi một hoàng tử chiếm đóng một vương quốc mới và thêm nó vào vương quốc cũ của mình, ông ta cần phải tước vũ khí của những người mới chinh phục, ngoại trừ những người đã giúp hoàng tử chiếm lãnh thổ. Những người này, cùng với thời gian và cơ hội, đều trở nên yếu đuối và hèn nhát. Họ cần được quản lý theo cách mà những người được trang bị vũ khí chỉ là binh lính của hoàng tử, những người được nuôi dưỡng trong vương quốc cũ.

Tổ tiên của chúng ta và những người được coi là khôn ngoan, đã quen nói rằng cần phải giữ Pistoia bằng cách tạo ra các phe đối lập và Pisa bằng các thành quách. Với ý tưởng hiện đại này, họ đã khuyến khích các cuộc cãi vã ở một số thị trấn bị chiếm đoạt để giữ cho chúng được phân chia và dễ dàng bảo quản hơn. Điều này có thể là một ý tưởng hay để làm trong những thời điểm mà Ý đang cân bằng, nhưng tôi không tin rằng nó nên được khuyến khích như một quy tắc ngày nay. Tôi không tin rằng các nhóm đối lập có thể được sử dụng. Ngược lại, trong trường hợp bị kẻ thù tấn công, các thành phố bị chia cắt lập tức bị mất vì nhóm yếu nhất sẽ luôn chống đỡ ngoại lực, còn nhóm còn lại sẽ không đủ sức chống đỡ.

Những người Venice, bị ảnh hưởng, như tôi tin, bởi những lý do trên, đã khuyến khích phe Guelph[37] và phe Ghibelline trong các thành phố đã chiếm được của họ. Mặc dù họ không bao giờ cho phép người dân giết nhau, người Venice đã nuôi dưỡng những cuộc cãi vã này giữa người dân để người dân bị cuốn vào sự khác biệt để không thể đoàn kết chống lại nhà cầm quyền. Điều này, như chúng ta đã thấy, đã không diễn ra như kế hoạch của họ, vì khi người Venice bị đánh bại tại Vailà, một trong những phe phái ngay lập tức trở nên táo bạo và chiếm lấy toàn bộ quốc gia.

Những phương pháp như vậy cho thấy điểm yếu của hoàng tử bởi vì những phe phái đối lập này sẽ không bao giờ được phép tồn tại trong một vương quốc mạnh vì chúng chỉ hữu ích cho hoàng tử khi có hòa bình. Nhưng khi chiến tranh xảy ra, một chính sách như vậy sẽ chỉ là một sai lầm.

Chắc chắn, các hoàng tử trở nên vĩ đại khi họ vượt qua những khó khăn mà họ phải đối mặt, và do đó, khi một hoàng tử mới cần phải chứng tỏ mình vĩ đại thì tạo ra kẻ thù âm mưu chống lại mình để hoàng tử có cơ hội vượt qua chúng và vượt lên cao hơn những khó khăn do kẻ thù của mình gây ra. Vì lý do này, nhiều người tin rằng một hoàng tử khôn ngoan, khi có cơ hội, nên khuyến khích một số thù địch chống lại mình để khi đánh gục họ sẽ tăng uy tín của mình.

Các hoàng tử, đặc biệt là các hoàng tử mới sẽ tìm thấy lòng trung thành và sự giúp đỡ ở những người ban đầu không tin tưởng mình vào thời kỳ đầu cai trị hơn những người ban đầu tin tưởng mình.

Hoàng tử Pandolfo Petrucci của Siena cai trị đất nước bằng những người ban đầu không tin tưởng vào ông hơn những người khác. Tuy nhiên, về chủ đề này, người ta không thể nói một cách tổng quát vì nó thay đổi rất nhiều tùy theo mỗi người. Tôi chỉ nói rằng hoàng tử sẽ luôn có thể chiến thắng với những người ban đầu thù địch với chính phủ nếu có những phẩm chất khiến họ phải phụ thuộc vào sự hỗ trợ của người khác. Họ phải trung thành phục vụ hoàng tử hơn vì biết rằng việc thay đổi từ quan điểm xấu của hoàng tử đối với họ là vô cùng cần thiết. Do đó, khi sử dụng những người này, hoàng tử sẽ nhận được sự hữu ích hơn bọn thận cần cũ, gồm những người bám vào địa vị vững chắc nên thường bê trễ những công việc của mình.

Liên quan đến điều này, tôi không quên cảnh báo cho hoàng tử rằng những người thông qua các ân huệ bí mật lúc chiếm lãnh địa mới, hãy xem xét cẩn thận lý do tại sao họ chuyển đến ủng hộ mình. Nếu đó không phải là tình cảm tự nhiên đối với hoàng tử mà là kết quả của sự bất mãn với chính phủ cũ của họ thì hoàng tử sẽ khó có thể tiếp tục được họ ân cần vì hoàng tử sẽ không thể làm hài lòng họ. Cân nhắc những lý do cho điều này trong những ví dụ có thể lấy từ các vấn đề cổ xưa và hiện tại. Chúng ta sẽ thấy rằng hoàng tử kết bạn với những người đã mãn nguyện với chính phủ cũ dễ dàng hơn, do đó là họ là kẻ thù của mình, so với những người không hài lòng với chính phủ cũ đã khuyến khích và giúp hoàng tử chiếm xứ sở họ.

Theo phong tục của các hoàng tử, những người muốn giữ cho vương quốc của mình an toàn hơn, xây dựng các thành lũy như một lời cảnh báo cho những ai có thể có kế hoạch tấn công họ và là nơi ẩn náu khi bị tấn công bất ngờ. Tôi khen ngợi hệ thống này vì nó đã được sử dụng trong quá khứ.

Tuy nhiên, trong thời đại của chúng ta, Nicolò Vitelli[38] đã phá hủy hai thành trì ở Citta di Castillo để giành lấy lãnh thổ đó. Guido Ubaldo, công tước của Urbino, khi trở về vương quốc của mình sau khi bị Cesare Borgia đuổi đi, đã phá hủy tất cả các thành trì ở đó cho đến tận gốc rễ và cho rằng nếu không có chúng thì rất khó mất lãnh thổ của mình nữa. Bentivogli, trở lại Bologna, cũng đưa ra quyết định tương tự.

Vì vậy, thành trì có hữu ích hay không còn tùy thuộc vào hoàn cảnh, vì nếu nó tốt cho một thứ, nó có thể xấu cho một thứ khác. Với vấn đề này, người ta có thể lý giải thêm rằng bất kỳ hoàng tử nào sợ thần dân của mình hơn là ngoại xâm thì nên xây thành, nhưng ai sợ ngoại bang hơn dân của mình thì không cần xây thành.

Thành Mỹ lan do công tước Francesco Sforza xây dựng đã gây ra nhiều rắc rối cho ông và gia đình hơn bất kỳ cuộc nổi loạn nào khác trong lãnh thổ. Vì lý do này, thành trì tốt nhất là không bị người dân ghét bỏ. Mặc dù hoàng tử có thể giữ các thành trì, nhưng vô ích về việc bảo vệ hoàng tử nếu lòng dân phẫn nộ. Đó là vì sẽ luôn có những kẻ ngoại xâm hỗ trợ người dân khi họ nổi dậy chống lại hoàng tử.

Trong thời đại này, chúng ta không thấy thành trì có bất kỳ ảnh hưởng nào đến hoàng tử ngoại trừ trường hợp của nữ bá tước Forli[39] khi công tước Girolamo, chồng của bà, bị giết. Với thành trì, bà đã có thể chống lại cuộc tấn công nổi tiếng trong khi chờ đợi sự giúp đỡ từ Mỹ Lan, và nhờ đó, bà đã giữ được đất nước. Hoàn cảnh lúc bấy giờ là nước ngoài không sao giúp được dân bà. Tuy nhiên, những thành trì không có giá trị gì đối với bà sau này khi Cesare Borgia tấn công và khi những thần dân thù địch của bà được hỗ trợ bởi ngoại bang. Vì vậy, cả trước và sau, bà sẽ an toàn nếu không bị thần dân ghét bỏ hơn là có thành quách.

Vì vậy, sau khi xem xét tất cả những điều này, tôi sẽ khen ngợi những người xây dựng thành trì cũng như những người không xây. Nhưng tôi sẽ đổ lỗi cho bất cứ ai, tin tưởng ở họ, ít quan tâm đến sự oán giận của người dân.

CHƯƠNG 21

Hoàng Tử Phải Cư Xử Như Thế Nào Để Trở Nên Nổi Tiếng

Không gì làm cho hoàng tử nổi tiếng hơn những thành tựu to lớn và những cử chỉ mẫu mực của ông. Trong thời đại của chúng ta, có Ferdinand xứ Aragon, vua Tây Ban Nha hiện nay. Ông ấy gần như có thể được gọi là một hoàng tử mới vì ông ta đã thành công và vinh danh mình từ một vị vua tầm thường trở thành một trong những vị vua nổi tiếng nhất thế giới của chúng ta. Nếu chúng ta quan sát kỹ các hành động của ông ta, chúng ta sẽ thấy tất cả chúng đều tuyệt vời và một số là phi thường.

Ngay sau khi lên ngôi, ông đã tấn công Granada và đây là nền tảng thành công của ông. Ban đầu, ông ta lặng lẽ làm điều này và không sợ người khác chống lại mình bởi vì ông giữ trong tâm trí các thế lực của Castile để theo dõi cuộc chiến tranh và trong khi bận với chiến tranh, họ không dự đoán bất kỳ sự đổi mới nào.

Vì vậy, họ không ý thức được rằng với những hành động này, ông ta đang lộng hành và uy hiếp họ. Ông đã sử dụng tiền của nhà thờ và nhân dân để duy trì quân đội riêng và nhờ cuộc chiến kéo dài, ông đã đặt nền móng cho các kỹ năng quân sự, từ đó khiến ông trở nên nổi bật.

Ngoài ra, ông ta luôn dùng tôn giáo để biện minh cho những âm mưu lớn hơn. Ông đã áp dụng những chính sách tàn ác để đẩy mọi người ra khỏi vương quốc Moors.[40] Chúng ta không thể tìm thấy một ví dụ đáng ngưỡng mộ hoặc hiếm hoi hơn thế. Cũng lấy cớ đó, ông ta xâm lược châu Phi, tiến hành chiến tranh ở Ý và cuối cùng tấn công Pháp.

Vì vậy, những thành tựu và kế hoạch của ông luôn vĩ đại và khiến thần dân của mình phải ngưỡng mộ và quan tâm đến kết quả. Ông ta tiếp tục từ cuộc chiến này sang cuộc chiến khác, khiến các thần dân không còn đủ thời gian để nghĩ đến việc chống lại ông ta.

Sẽ rất hữu ích trong việc cai trị vương quốc nếu một hoàng tử hành động phi thường, tương tự như những gì được kể về Bernabo da Milano.[41] Khi có cơ hội như một thường dân để làm điều gì đó phi thường, dù tốt hay xấu, ông ta luôn kiếm cách khen thưởng hoặc hình phạt độc đáo khiến mọi người bàn tán. Trên tất cả, một hoàng tử nên cố gắng trong mọi hành động để được nổi tiếng là vĩ đại và đáng chú ý.

Một hoàng tử cũng được tôn trọng khi ông ta là một người bạn thực sự hoặc một kẻ thù tuyệt đối; đây là khi không chút do dự, ông ta tuyên bố mình vì phe này chống lại phe kia. Điều này luôn có lợi hơn là trung lập. Nếu hai cường quốc láng giềng chiến đấu và một trong số họ chiến thắng, hoàng tử có phải lo sợ họ hoặc không.

Trong cả hai trường hợp, sẽ luôn có lợi cho hoàng tử nếu hỗ trợ một trong số họ chủ động gây chiến. Nếu hoàng tử không tuyên bố, ông sẽ bị kẻ chinh phục tấn công. Lúc đó thì kẻ thua cuộc sẽ hài lòng và vui mừng. Còn hoàng tử thì chẳng có lý do gì để được cầu cứu, cũng chẳng có gì để bảo vệ hoặc che chở cho mình. Kẻ chinh phục thì không muốn những người bạn nghi ngờ, những người mà không giúp đỡ trong thời điểm khó khăn. Kẻ thua cuộc sẽ không bảo vệ hoàng tử bởi vì hoàng tử không sẵn sàng mang quân tới chia sẻ số phận với họ.

Antiochus đến Hy Lạp và được người Aetolia cử đi đánh đuổi người La Mã khỏi Hy Lạp. Ông đã gửi sứ giả đến Achaeans, những người là bạn của người La Mã, kêu gọi họ giữ thái độ trung lập. Mặt khác, người La Mã thúc giục họ cầm vũ khí. Vấn đề này đã được thảo luận trong hội đồng Aetolians, nơi các đại diện của Antiochus gọi họ là trung lập. Về điều này, đại diện của La Mã trả lời: "Về điều đã được nói, rằng tốt hơn và thuận lợi hơn cho đất nước của bạn không can thiệp vào cuộc chiến của chúng tôi, không có gì có thể sai hơn. Nếu không có sự can thiệp, đất nước của bạn sẽ bị bỏ rơi và sẽ trở thành giải thưởng của kẻ chinh phục ".

Vì vậy, luôn luôn xảy ra rằng những người không phải là bạn của ta sẽ yêu cầu ta trung lập, trong khi bạn bè của ta sẽ cầu xin ta mang vũ khí đứng bên cạnh họ. Các hoàng tử nhu nhược, để tránh nguy hiểm hiện tại, thường chọn trung lập và thường bị đánh bại. Nhưng khi hoàng tử dũng cảm tuyên bố ủng hộ một bên và nếu bên ông ta thắng, mặc dù kẻ chinh phục có thể mạnh mẽ và được hoàng tử giúp đỡ, ông ta vẫn sẽ mang ơn hoàng tử và một tình bạn được thiết lập.

Con người không bao giờ có thể tồi tệ đến mức trở thành biểu tượng của sự vô ơn khi áp bức hoàng tử. Rốt cuộc, những kỷ niệm không bao giờ rõ ràng đến mức người chiến thắng không được thể hiện sự quan tâm nào đó, đặc biệt là công lý. Nhưng nếu một người mà hoàng tử ủng hộ bị đánh bại, hoàng tử sẽ được họ bảo vệ và khi có thể, họ có thể hỗ trợ hoàng tử và cả hai trở thành bạn đồng hành trên một vận may có thể sẽ đến lần nữa.

Trong trường hợp thứ hai, khi hai cường quốc láng giềng xảy ra chiến tranh nhưng hoàng tử không cảm thấy bị đe dọa bởi ai chiến thắng, thì việc hoàng tử ủng hộ một bên càng quan trọng hơn. Bằng cách đó, hoàng tử giúp phá hoại một bên bằng cách giúp đỡ bên kia. Với sự giúp đỡ và can thiệp cần thiết của hoàng tử, người chiến thắng sẽ luôn mắc nợ hoàng tử.

Người Venice tham gia cùng với người Pháp chống lại công tước Mỹ Lan, chống lại tất cả những phán xét tốt hơn và nó đã gây ra sự hủy diệt của họ. Tuy nhiên, trong trường hợp không thể tránh khỏi, như đã xảy ra với người Florentine khi giáo hoàng và Tây Ban Nha đưa quân tấn công Lombardi, thì trong trường hợp này, vì những lý do trên, hoàng tử phải trợ giúp một trong các bên.

Không một chính phủ nào có thể tin tưởng rằng họ có thể chọn một lực lượng hoàn toàn an toàn; đúng hơn, nó phải được đoán trước rằng quyết định ấy rất bấp bênh vì trong các việc bình thường chúng ta cũng không thể tìm cách tránh được trở ngại này mà không vướng vào trở ngại khác. Sự sáng suốt bao gồm việc biết cách phân biệt đặc tính của những rắc rối và cách chọn cái ít xấu hơn.

Một hoàng tử cũng nên thể hiện mình là người yêu mến tài năng, công nhận những bậc hiền tài và tôn vinh những người giỏi nghệ thuật. Đồng thời, ông nên khuyến khích công dân của mình làm việc một cách hòa bình, cả trong lĩnh vực thương mại, nông nghiệp cũng như mọi lĩnh vực khác. Bằng cách đó, người dân không cần phải lo lắng về việc gia tăng của cải và sợ tài sản của họ bị lấy đi hoặc lo lắng về việc mở cửa buôn bán vì sợ thuế. Hoàng tử nên thưởng cho bất cứ ai muốn làm những điều mang lại danh dự cho thành phố hoặc đất nước của mình.

Ngoài ra, hoàng tử cũng phải tổ chức các lễ hội và nghi lễ để dân chúng vui chơi vào những thời điểm thích hợp trong năm. Mỗi thành phố được chia thành các liên hiệp thương mại hoặc xã hội. Hoàng tử phải tôn trọng những nhóm như vậy và đôi khi thậm chí kết hợp với họ để thể hiện mình là một ví dụ điển hình về hành vi tốt và hào phóng. Tuy nhiên, hoàng tử cần lưu ý để luôn giữ vững địa vị của mình.

CHƯƠNG 22

Liên Quan Đến Hầu Cận Của Hoàng Tử

Việc lựa chọn nhân viên hầu cận rất quan trọng đối với hoàng tử. Họ có tốt hay không đều phụ thuộc vào sự phân loại của hoàng tử. Ấn tượng đầu tiên mà người ta có được về hoàng tử là quan sát những người xung quanh. Nếu hầu cận có khả năng và trung thành, hoàng tử được coi là khôn ngoan vì đã biết cách nhận ra khả năng và giữ họ trung thành. Nhưng khi ngược lại, mọi người sẽ chỉ trích hoàng tử một cách thậm tệ vì lỗi nghiêm trọng mà ông đã mắc phải trong việc chọn sai người.

Tất cả những ai từng biết Antonio da Venafro[42] là bộ trưởng của Pandolfo Petrucci, hoàng tử của Siena, đều coi Pandolfo là một người rất thông minh khi có được Venafro trong bộ tham mưu của mình. Tâm trí con người có ba loại. Loại đầu tiên tự hiểu sự việc, loại thứ hai phải nghe giải thích mới hiểu và loại thứ ba thì không tự hiểu và không hiểu khi được giải thích. Loại đầu tiên là tốt nhất, thứ hai là tốt và thứ ba là vô dụng.

Do đó, Pandolfo, nếu không nhất thiết là hạng đầu tiên, chắc chắn là hạng thứ hai. Ông ta có khả năng phán đoán để biết điều tốt và điều xấu khi nói và làm, và mặc dù bản thân có thể không có sáng kiến nhưng ông ta có thể nhận ra điều tốt và điều chưa tốt ở nhân viên của mình. Ông khen cái tốt và sửa cái dở. Vì vậy, hầu cận không thể hy vọng lừa dối ông ta nhưng phải giữ thành thật.

Nhưng làm thế nào để hoàng tử biết được trình độ của hầu cận mình? Có một thử nghiệm không bao giờ thất bại. Khi hoàng tử nhìn thấy một hầu cận nghĩ nhiều về lợi ích cá nhân mình hơn là lợi ích của hoàng tử và tìm kiếm lợi nhuận cho riêng mình trong mọi việc, thì một người như vậy không bao giờ là một người hầu tốt. Hoàng tử cũng đừng bao giờ tin tưởng hắn vì hắn đã giữ trọng trách của quốc gia nên không bao giờ được nghĩ về lợi ích cá nhân. Hắn phải luôn nghĩ về hoàng tử và không bao giờ chú ý đến những vấn đề mà hoàng tử không quan tâm.

Mặt khác, để giữ cho những người hầu của mình trung thực, hoàng tử phải ban thưởng, tôn vinh, làm giàu, tử tế, chia sẻ vinh quang và quan tâm đến họ. Đồng thời, hoàng tử phải cho họ thấy rằng họ không thể đứng một mình. Vì vậy, hoàng tử phải ban nhiều danh dự để khiến họ không ham muốn nhiều hơn, giàu sang không khiến họ muốn thêm giàu và nhiều khó khăn làm cho họ sợ những thay đổi có thể mang bất lợi đến họ. Một khi mối tương quan giữa hoàng tử và hầu cận được giữ đúng tầm mức này, đôi bên có thể tin tưởng lẫn nhau. Bằng không, kết cục sẽ luôn xấu cho bên này hoặc bên kia.

CHƯƠNG 23

Làm Thế Nào Để Tránh Nịnh Thần

Tôi không muốn bỏ qua một vấn đề quan trọng, bởi vì đó là một nguy hiểm khó đề phòng cho các hoàng tử, trừ khi họ rất cẩn thận và sáng suốt. Đây là những kẻ tâng bốc mà triều đình nào cũng bị lấp đầy. Bởi vì con người quá quấn quýt với công việc của mình hoặc bị lừa dối bên trong, nên rất khó để bảo vệ bản thân khỏi mối nguy hiểm này. Nếu họ muốn bảo vệ mình, họ có nguy cơ bị coi thường. Cách duy nhất để bảo vệ bản thân khỏi những lời xu nịnh là để mọi người hiểu rằng việc cho hoàng tử biết sự thật không phải là điều khó chịu. Tuy nhiên, khi mọi người cảm thấy tự do nói ra sự thật, sự tôn trọng của hoàng tử sẽ mất dần đi.

Vì vậy, một hoàng tử khôn ngoan nên nắm giữ phương pháp thứ ba bằng cách chọn những người khôn ngoan trong nước và chỉ cho họ có quyền tự do nói sự thật. Ngay cả khi đó, họ chỉ có thể nói sự thật của những điều mà hoàng tử yêu cầu chứ không thể nói bất cứ điều gì khác. Nhưng hoàng tử nên hỏi họ về mọi thứ và nghe họ trình bày, sau đó, có thể tự quyết định. Với các ủy viên hội đồng này, cả cá nhân và tập thể, hoàng tử phải cư xử theo cách mà mỗi người trong số họ nên biết rằng họ càng tự do nói, họ càng được ưa thích. Bên ngoài nhóm này, hoàng tử không cần phải nghe bất cứ ai và theo đuổi những gì đã ổn định và kiên định với quyết định của mình. Bất kỳ hoàng tử nào làm theo cách khác sẽ bị vùi dập sự nghiệp bởi những lời xu nịnh hoặc thường xuyên thay đổi ý kiến vì những ý kiến khác nhau và bị chê cười.

Tôi muốn đưa ra một ví dụ hiện tại về điều này. Fra Luca, người hầu của Maximilian,[43] hoàng đế đương nhiệm, nói về hoàng đế, "Hoàng đế không nghe theo ý kiến của bất kỳ ai, cũng như không làm theo ý mình". Điều này xảy ra bởi vì ông ta đã làm theo phương pháp ngược lại với cách trên. Hoàng đế là một người bí mật - ông không truyền đạt kế hoạch của mình cho bất kỳ ai, cũng không chấp nhận ý kiến của bất kỳ ai. Tuy nhiên, khi đưa họ vào thực hành, kế hoạch mới được tiết lộ và được biết đến. Kế hoạch được tranh luận bởi những người xung quanh hoàng đế; khi họ phản đối, ông bãi bỏ ngay. Vì vậy, những việc ông ta làm hôm nay sẽ được hoàn thành vào ngày hôm sau mà không ai hiểu ông ta muốn làm gì và không ai có thể tin tưởng vào quyết định của ông ta.

Vì vậy hoàng tử phải luôn lắng nghe lời khuyên bảo, nhưng chỉ khi mình muốn, không phải khi người khác muốn. Hoàng tử phải nói rõ rằng mình không muốn lời khuyên trừ khi được hỏi. Tuy nhiên, hoàng tử phải liên tục đặt câu hỏi và sau đó làm một người lắng nghe kiên nhẫn về những điều mình đã hỏi. Ngoài ra, bất cứ ai, về bất cứ vấn đề gì, không nói sự thật, hoàng tử nên để cho sự tức giận của mình được cảm nhận.

Có một số người nghĩ rằng hoàng tử khôn ngoan không phải nhờ khả năng của chính mình mà bởi vì ông ta có những cố vấn tốt xung quanh. Một niềm tin như vậy rõ ràng là sai, bởi vì một hoàng tử không khôn ngoan sẽ không bao giờ có lời khuyên tốt, trừ khi tình cờ ông ta hoàn toàn giao phó trọn quyền hành cai trị cho một cận thần thông minh lỗi lạc. Thực sự trong trường hợp này, hoàng tử có thể được một quản trị tốt, nhưng sẽ không được lâu, vì một người lỗi lạc như vậy sẽ truất phế hoàng tử trong một thời gian ngắn.

Nếu hoàng tử không khôn ngoan nhận lời khuyên từ nhiều người và ông ta luôn nhận những lời khuyên khác nhau nên ông ta sẽ không biết phải xử lý như thế nào. Mỗi cố vấn sẽ suy nghĩ về lợi ích cá nhân mình mà hoàng tử thì không biết cách nào để kiểm soát hoặc quan sát chúng. Điều này là hiển nhiên vì mọi người luôn muốn lừa dối hoàng tử trừ khi họ bị ràng buộc bởi một điều cần thiết là phải trung thực. Do đó, lời khuyên tốt, từ bất cứ nơi nào đến, là kết quả của sự khôn ngoan của hoàng tử chứ không phải sự khôn ngoan của hoàng tử đến từ những lời khuyên tốt.

CHƯƠNG 24

Tại Sao Các Hoàng Tử
Ý Để Mất Lãnh Thổ

Những khuyến nghị trong các chương trên, nếu được quan sát cẩn thận, sẽ cho phép thành lập và củng cố địa vị vững bền hơn cho hoàng tử trong vương quốc của mình so với các hoàng tử đã cai trị trong một thời gian dài. Điều này rất quan trọng vì những hành động của hoàng tử mới được quan sát thường xuyên hơn những hành động của một hoàng tử thế tập.

Khi hoàng tử mới được coi là người có năng lực, ông ta thu hút nhiều người hơn và họ trung thành hơn các hoàng tử thời xưa. Điều này là do mọi người thường bị thu hút bởi hiện tại hơn quá khứ và khi họ nhìn thấy điều tốt đẹp ở hiện tại, họ sẽ tận hưởng và không tìm kiếm nhiều hơn nữa. Họ cũng sẽ mạnh mẽ bảo vệ hoàng tử nếu ông ta không làm hại họ trong những vấn đề khác. Vì vậy, đây là một vinh quang lớn cho hoàng tử khi thành lập một vương quốc mới và làm cho đất nước giàu mạnh với luật pháp tốt, quân đội tốt, đồng minh tốt và lãnh đạo tốt. Tương tự như vậy, sẽ là một sự khinh bỉ lớn đối với những người được sinh ra làm hoàng tử để mất nước vì thiếu trí tuệ.

Thứ nhất, nếu chúng ta nhìn vào các hoàng tử đã mất vương quốc ở Ý trong thời đại này, chẳng hạn như vua của Naples, công tước của Mỹ Lan và những người khác, chúng ta sẽ tìm thấy trong họ, trước hết, một vấn đề phổ biến liên quan đến binh lực kém từ các nguyên nhân đã được thảo luận dài ở trên. Thứ hai, một số vấn đề được nhìn thấy là bị dân ghét hoặc nếu được thân thiện với dân thì hoàng tử không biết cách nào để bảo vệ các quí tộc. Trong trường hợp không có những vấn đề này, các vương quốc sẽ có đủ sức mạnh để giữ một đội quân thì không thể bị mất.

Philip[44] của Macedon sẽ không có một vương quốc vĩ đại nếu không có người La Mã và người Hy Lạp tấn công. Tuy nhiên, vì biết cách lãnh đạo quân đội, thu hút lòng dân và bảo vệ mình trước các quý tộc nên ông đã duy trì cuộc chiến chống lại kẻ thù của mình trong nhiều năm. Cuối cùng, ông mất một số thành phố nhưng vẫn giữ được vương quốc của mình.

Do đó, các hoàng tử của chúng ta không nên đổ lỗi cho số phận vì đã đánh mất quyền lực của họ sau nhiều năm chiếm hữu và thay vào đó là sự lười biếng của chính họ. Trong thời bình, họ không bao giờ nghĩ rằng thời thế có thể thay đổi (đó là một điểm yếu chung của con người là trong thời bình, không ai nghĩ phải chuẩn bị cho một cơn bão). Khi hỗn loạn ập đến, họ chỉ nghĩ đến việc bỏ chạy thay vì tự bảo vệ mình. Họ hy vọng rằng các thần dân, những người chán ghét thái độ của những kẻ chinh phục, sẽ gọi họ trở lại. Điều này, khi những thứ khác thất bại, có thể tốt, nhưng thật tệ nếu bỏ qua tất cả các yếu tố khác để chọn phương cách này. Vì một người không bao giờ nên buông bỏ rồi tin rằng người khác sẽ nhặt lại mọi thứ. Dù có xảy ra hay không, điều đó cũng không tốt cho sự an toàn của hoàng tử vì việc được cứu chẳng ích gì ngoại trừ nỗ lực của chính mình. Cách duy nhất đáng tin cậy, chắc chắn và bền vững là phụ thuộc vào bản thân và lòng can đảm của mình.

Ảnh Hưởng Do Số Phận Con Người Và Làm Sao Chống Trả

Đối với tôi, không biết bao nhiêu người đã từng và vẫn có ý tưởng rằng các công việc của thế giới được điều hành bởi vận mệnh và thượng đế. Con người, với trí tuệ của mình, không thể tự mình chỉ đạo và thậm chí không ai có thể giúp họ. Chính vì vậy, họ không nghĩ rằng mình cần phải làm nhiều việc mà hãy để số phận điều khiển. Ý kiến này nhận được nhiều tín nhiệm hơn trong thời đại chúng ta vì những thay đổi lớn đã được nhìn thấy và vẫn có thể được nhìn thấy, mỗi điều này, nằm ngoài dự đoán con người. Đôi khi nghĩ về điều này, tôi có phần nghiêng về ý kiến của họ. Tuy nhiên, để không tiêu diệt ý chí tự do của chúng ta, tôi tin rằng số phận quyết định một nửa hành động của chúng ta. Nhưng số phận sẽ để lại cho chúng ta một nửa hoặc có lẽ ít hơn một chút để kiểm soát.

Tôi so sánh số phận với một trong những dòng sông hung bạo, khi lũ lụt, bao phủ đồng bằng, quét sạch cây cối và nhà cửa, và mang đất từ nơi này sang nơi khác. Mọi thứ đều bay trước nó, tất cả bị tiêu diệt bởi cuồng phong của nó, mà con người không có cách nào chống trả. Nhưng mặc dù bản chất của nó là như thế. Nhưng sau khi thời tiết trở nên yên lặng, con người không chuẩn bị đắp kênh đào và phòng thủ để trong tương lai khi mực nước dâng cao, con người có thể hướng chúng đi nơi khác để sức tàn phá của nó không còn tung hoành và nguy hiểm. Vận mệnh cũng như vậy, nó giương oai cho con người thấy sức mạnh của nó, nơi không có chuẩn bị để chống trả. Nó dồn sức vào nơi mà nó biết rằng bức tường đã không được nâng lên để hạn chế nó.

Bây giờ, nếu chúng ta nhìn kỹ vào Ý, trung tâm của sự thay đổi đã mang lại cho họ một số sức mạnh, chúng ta sẽ thấy đó là một sân rộng mở không có rào chận và phòng thủ. Nếu Ý được phòng vệ với lòng dũng cảm như Đức, Tây Ban Nha và Pháp thì các cuộc xâm lược đã không tạo ra những thay đổi lớn như vậy hoặc nó đã không xảy ra. Điều này tôi đã trình bày đủ để nói lên sức đề kháng của vận may nói chung.

Bây giờ, đi vào vấn đề, một hoàng tử có thể nhìn thấy vinh quang của ngày hôm nay và bị hủy diệt vào ngày mai mà không cần thay đổi bản chất hoặc tính cách của mình. Tôi tin rằng điều này chủ yếu xuất phát từ những nguyên nhân đã được thảo luận từ lâu, cụ thể là vị hoàng tử tin chắc vào số mệnh sẽ mất ngôi khi tình thế thay đổi. Tôi cũng tin rằng hoàng tử sẽ thành công nếu hướng hành động của mình theo tinh thần của thời đại và nếu hành động không phù hợp với tinh thần của thời đại, hoàng tử sẽ không thành công.

Mọi người đạt được danh tiếng và sự giàu có bằng nhiều phương pháp khác nhau - thận trọng hoặc vội vàng, bằng vũ lực hoặc bằng tài năng, bằng sự kiên nhẫn hoặc ngược lại -

và mỗi người thành công trong việc đạt được mục tiêu của mình theo một cách khác nhau. Người ta cũng có thể thấy rằng trong số hai người thận trọng, một người đạt được kết quả và người kia thất bại. Tương tự như vậy, hai người có thể thành công như nhau, một người thận trọng, còn người kia chấp nhận rủi ro. Tất cả những khác biệt này không phát sinh từ gì khác ngoại trừ việc họ có tuân theo phương pháp của họ theo tinh thần của thời đại hay không. Điều này đúng với những gì tôi đã nói rằng hai người làm việc khác nhau sẽ mang lại hiệu quả như nhau và hai người làm cùng một việc, một người đạt được mục tiêu và người kia sẽ không.

Những thay đổi trong công việc quốc gia cũng xuất phát từ điều này. Nếu hoàng tử cư xử thận trọng và kiên nhẫn, thời gian và hoàn cảnh phù hợp với nhau để đảm bảo rằng mình sẽ thành công và số phận của mình sẽ đạt được. Nhưng nếu thời gian và hoàn cảnh thay đổi, ông ta sẽ bị tiêu diệt nếu ông ta không thay đổi cách hành động của mình. Nhưng thường thì con người không đủ thông minh để biết cách tự thích ứng với sự thay đổi. Điều này là bởi vì hoàng tử không thể đi chệch hướng khỏi những gì thiên nhiên muốn ông ta làm và cũng bởi vì, luôn luôn thịnh vượng bằng cách hành động theo một cách, hoàng tử không thể tin rằng thay đổi là tốt hơn. Vì vậy, một hoàng tử thận trọng, khi nghịch cảnh trở nên táo bạo nhưng không biết làm thế nào nên sẽ bị tiêu diệt. Nếu hoàng tử biết cách đi cùng thời gian thì số phận sẽ không thay đổi.

Giáo hoàng Julius đệ nhị đã làm việc một cách táo bạo và nhiệt tình trong tất cả các công việc của mình. Thời thế và hoàn cảnh rất phù hợp với những hành động đó, vì vậy, ông ta luôn thành công. Hãy xem xét chiến dịch đầu tiên mà ông ta thực hiện chống lại Bologna khi Messer Giovanni Bentivogli vẫn còn sống. Người Venice không đồng ý với ông, cả vua Tây Ban Nha cũng vậy và ông vẫn có chiến dịch bàn bạc với vua Pháp. Tuy nhiên, ông đã một tay đưa nó vào cuộc với sự táo bạo và nhiệt huyết của mình - một động thái khiến Tây Ban Nha và người Venice thiếu quyết đoán và thụ động. Người Venice vì sợ hãi và người Tây Ban Nha vì mong muốn khôi phục vương quốc Naples.

Mặt khác, ông lôi kéo vua Pháp tham gia vì nhà vua đã quan sát phong trào và muốn biến giáo hoàng thành bạn và làm bẽ mặt người Venice, thấy rằng giáo hoàng không thể từ chối ông. Do đó, Julius, với hành động táo bạo của mình, đã đạt được điều mà không một vị giáo hoàng nào khác ngoài trí thông minh của con người có thể làm được. Nếu ông ấy đợi ở Rome cho đến khi có thể làm theo kế hoạch của mình đã sắp xếp và mọi thứ đã ổn định, như bất kỳ giáo hoàng nào khác đã làm thì ông ta sẽ không bao giờ thành công. Bởi vì vua Pháp sẽ viện ra hàng ngàn lý do và những người khác sẽ đưa ra hàng ngàn nỗi sợ hãi.

Tôi sẽ gạt những hành động khác của ông ta sang một bên vì tất cả đều giống nhau và tất cả đều thành công; đối với sự ngắn ngủi của cuộc đời, ông đã không để cho mình trải nghiệm điều ngược lại. Tuy nhiên, nếu hoàn cảnh nảy sinh khiến ông ta cần phải cư xử thận trọng thì sự hủy hoại sẽ đến, vì ông ta sẽ không bao giờ đi chệch khỏi những phẩm chất bẩm sinh của mình.

Vì vậy, tôi kết luận rằng số phận có thể thay đổi, và con người phải hành động theo bản năng của họ, miễn là cả hai hợp thời, thì sẽ thành công nhưng sẽ thất bại nếu không hợp thời. Theo tôi, tôi nghĩ rủi ro tốt hơn thận trọng vì số phận cũng giống như người phụ nữ; nếu muốn họ phục tùng, ta phải cương quyết chống lại và đối xử tệ với họ. Họ cho phép ta được làm chủ bởi những hành động mạo hiểm và bởi những cư xử lạnh lùng với họ. Vận mệnh, do đó, luôn giống như phụ nữ, quấn quít với trai trẻ bởi vì bọn trai trẻ thiếu thận trọng, bạo lực hơn và bao giờ cũng dám mạnh dạn chỉ huy một cách táo bạo hơn.

CHƯƠNG 26

Lời Hô Hào Giải Phóng Ý Ra Khỏi Những Kẻ Man Rợ

au khi suy nghĩ về những gì tôi đã thảo luận ở trên, tôi tự hỏi liệu thời điểm hiện tại ở Ý có phù hợp với một hoàng tử mới hay không và liệu có yếu tố nào cho phép một người khôn ngoan và đức hạnh có cơ hội giới thiệu một trật tự mới để mang lại danh dự cho hoàng tử và tốt cho người dân của đất nước này. Tôi nghĩ rằng rất nhiều thứ đã cùng nhau hỗ trợ cho một hoàng tử mới mà tôi không biết bao giờ mới có cơ hội thuận lợi hơn bây giờ.

Như tôi đã nói, điều cần thiết cho người Do Thái bị xiềng xích để sứ mệnh của Môi-se được rõ ràng; rằng người Ba Tư đã phải bị áp bức bởi người Medes để khám phá ra khí chất anh hùng của Cyrus; và người Athen đã phải chạy tán loạn để minh họa cho tài năng của Theseus, thì vào thời điểm hiện tại, để khám phá ra đức tính của một tinh thần Ý, thì đất nước của chúng ta đang gặp khó khăn như hiện nay là điều cần thiết. Nước Ý bị nô lệ hơn người Do Thái, bị áp bức hơn người Ba Tư và bị phân tán hơn người Athen - không có lãnh đạo, không có trật tự, bị bắt nạt, bóc lột, bị xâu xé, bị xâm lược - và đã phải chịu đựng những đau thương nặng nề của thời kỳ tồi tệ.

Mặc dầu gần đây cũng có vài nhân vật cho chút hy vọng, khiến chúng ta nghĩ rằng họ đã được Thiên Chúa lựa chọn để cứu chúng ta, tuy nhiên, như đã thấy, sau đó họ bị số mệnh từ chối. Vì vậy, nước Ý tồn tại như một quốc gia hữu thể vô hồn, chờ đợi một đấng anh hùng nào đó để chữa lành vết thương cho mình, chấm dứt sự tàn phá và bóc lột ở Lombardi khỏi sự lừa dối, gian lận, và thuế của vương quốc Tuscany và để làm sạch vết thương đang mưng mủ của đất nước. Toàn dân như đang cầu khẩn Thiên Chúa cử một anh hùng cứu nhân độ thế xuống tiêu diệt hết bọn mọi rợ này. Nhân dân đã sẵn sàng và hăng hái theo sau ngọn cờ quật khởi nếu có ai phất cờ.

Hiện tại, ở Ý, không có ai khác mà người ta có thể hy vọng hơn là ngôi nhà quý tộc[45] của Ngài, với lòng dũng cảm và thời vận, được Thiên Chúa và giáo hội ưu ái, hiện đang cai quản, chắc chắn Ngài có thể đứng đầu công cuộc khôi phục quốc gia này. Sẽ không khó nếu Ngài có thể nhớ những hành động và cuộc sống của những người mà tôi đã nêu ra trong cuốn sách này. Dù là vĩ nhân nhưng họ cũng chỉ là những con người và mỗi người trong số họ đều không có nhiều cơ hội như hiện tại. Vì các cuộc chiến của họ không công bình hơn cũng không dễ dãi hơn hiện nay và họ cũng không được Thiên Chúa thân thiện hơn Ngài.

Nền công lý lớn lao đang đứng về phía chúng ta bởi vì chiến tranh chỉ dành cho ai cần nó và vũ khí sẽ được ban phước khi không còn có hy vọng nào khác ngoài chúng. Toàn dân có sự sẵn sàng lớn nhất và ở nơi có sự sẵn lòng, những khó khăn sẽ dễ dàng vượt qua nếu Ngài chỉ noi gương những người mà tôi đã dẫn chứng. Ngoài ra, những dấu hiệu kỳ diệu của Đức Chúa Trời còn thể hiện rõ ràng trong nước biển bị chia, đám mây dẫn đầu, nước đổ ra từ đá và mưa thức ăn từ trời. Mọi thứ đang góp phần tạo nên sự vĩ đại của Ngài; Ngài phải làm phần còn lại. Đức Chúa Trời sẽ không sẵn lòng làm bất cứ điều gì để lấy đi ý chí tự do của chúng ta và chia sẻ vinh quang của những gì thuộc về chúng ta.

Không có gì đáng ngạc nhiên, không ai trong số những người Ý nói trên có thể đạt được tất cả những gì đang chờ đợi từ dòng dõi vinh quang của Ngài. Trong nhiều cuộc cách mạng ở Ý và nhiều cuộc chiến tranh, tinh thần võ sĩ đạo hầu như luôn bị dập tắt. Điều này xảy ra bởi vì các chế độ cũ đã mục nát và không ai trong chúng ta biết cách tìm một chế độ mới. Không có gì vinh quang cho Ngài hơn là đặt ra các quy tắc mới khi Ngài lần đầu tiên lên ngôi. Những điều như vậy, khi chúng được thiết lập và phù hợp, sẽ khiến Ngài được yêu mến và ngưỡng mộ, và ở Ý, có rất nhiều cơ hội để làm điều đó.

Mặc dù chúng ta thiếu khả năng lãnh đạo, nhưng tay chân của chúng ta rất mạnh mẽ. Hãy xem kỹ các màn đấu tay đôi và đánh tay đôi để thấy được sự xuất sắc của người Ý về sức mạnh, tốc độ và kỹ năng. Nhưng khi ra quân, họ vô vọng. Đây hoàn toàn là kết quả của sự lãnh đạo kém vì những người có năng lực không tuân theo. Mỗi người đều nghĩ rằng họ có khả năng nhưng không ai nổi bật về sự dũng cảm cũng như vận may. Vì vậy, trong một thời gian dài và trong quá trình chiến đấu trong hai mươi năm qua, bất cứ khi nào có quân đội, Ý đã hoàn toàn bị đánh bại. Ví dụ đầu tiên về điều này là Taro II và tiếp theo là Alexandria, Capua, Genoa, Vailà, Bologna và Mestri.

Vì vậy, nếu muốn noi gương những anh hùng cứu nước, điều cần thiết trước tiên là nền tảng thực sự cho mọi chiến dịch, được cung cấp bởi lực lượng riêng của Ngài; để rồi Ngài sẽ có một đội quân trung thành, chân chính và hoàn hảo. Mặc dù mỗi người trong số họ đều tốt về mặt cá nhân, nhưng cùng nhau, họ tốt hơn, được hướng dẫn, nâng niu và nuôi dưỡng bởi chính hoàng tử của họ. Do đó, cần phải thành lập một đội quân để Ngài có thể bảo vệ chống lại sự xâm lược của ngoại bang với lòng dũng cảm của người Ý.

Mặc dù quân đội Thụy Sĩ và Tây Ban Nha có thể được coi là rất mạnh, nhưng có một điểm yếu ở cả hai, do đó lực lượng thứ ba không chỉ có thể chống lại họ mà còn có thể dựa vào để lật đổ họ. Đối với người Tây Ban Nha, họ không thể chống lại lính kỵ binh và người Thụy Sĩ thì sợ lính bộ binh cận chiến bất cứ khi nào họ đụng độ. Do đó, như đã và có thể thấy một lần nữa, người Tây Ban Nha không thể chống lại quân lính Pháp và người Thụy Sĩ bị đánh bại bởi bộ binh Tây Ban Nha. Mặc dù không thể đưa ra bằng chứng đầy đủ về điều này, tuy nhiên, có một số bằng chứng về điều đó trong trận Ravenna, khi bộ binh Tây Ban Nha đối mặt với lính Đức, những người đã chiến đấu theo cách giống như người Thụy Sĩ. Người Tây Ban Nha, bằng kỹ năng, tốc độ ới sự trợ giúp của giáp gỗ, xông lên dưới mũi giáo của quân Đức mà không gặp bất kỳ nguy hiểm nào, có thể tấn công trong khi quân Đức buộc phải đứng yên. Nếu kỵ binh không tấn công nhanh chóng, quân Đức đã kết thúc. Có thể vì thế, biết được điểm yếu của cả hai loại binh chủng này, chúng ta sẽ phát minh ra một đội quân mới có thể chống lại sự tấn công của kỵ binh và không sợ bộ binh. Điều này không cần phải tạo ra một đội quân mới mà là sự thay đổi trong các cấp bậc cũ. Đây là những kiểu cải tiến mang lại danh tiếng và quyền lực cho một hoàng tử mới.

Do đó, cơ hội này không thể bỏ qua để người Ý cuối cùng được nhìn thấy người giải phóng của họ đã xuất hiện. Người dân cũng không thể bày tỏ hết tình yêu mà Ngài sẽ nhận được ở tất cả những vùng của Ý đã chịu đựng rất nhiều từ những cuộc tấn công của quân ngoại xâm, với khao khát để trả thù, với niềm tin mạnh mẽ, với sự tận tâm và với những giọt nước mắt. Cánh cửa nào không mở để đón Ngài? Ai mà từ chối vâng phục Ngài? Kẻ nào dám ghen tị để cản trở Ngài? Người Ý nào dám từ chối để tôn vinh Ngài? Nền thống trị bởi những loài man rợ đã làm cho toàn dân ta ghê tởm.

Tôi chân thành khẩn cầu gia tộc lừng lẫy của Ngài chấp nhận sứ mệnh này với lòng nhiệt thành và hy vọng sẽ tiến hành cuộc chiến bảo vệ công lý, để một lần nữa dưới ngọn cờ của Ngài, mang lại vinh quang cho quê hương chúng ta và dưới sự lãnh đạo của Ngài, những gì Petrarch viết có thể trở thành sự thật:

Lấy nhân nghĩa chống hung tàn,

Cuộc chiến sẽ sớm nổ ra:

Vì lòng dũng cảm của người La Mã xưa không chết,

Vẫn còn hâm nóng trong tim dân Ý.

Chú Thích

1. Francesco Sforza (1401-1466): Công tước của Mỹ Lan, một phần của Ý ngày nay. Ông xuất thân từ một tướng lính đánh thuê và trở thành công tước của Mỹ Lan vào năm 1450.

2. Vua của Tây Ban Nha Ferdinand (1452-1516): Ban đầu được vua Pháp Louis XII chấp nhận chia vương quốc Naples, Ý, nhưng vua Ferdinand đã đánh đuổi quân đội Pháp và tái chiếm Naples vào năm 1503. Ông là chồng của Isabella và ông cũng là nhà tài chính cho Columbus tìm kiếm một thế giới mới (Châu Mỹ).

3. Công Tước Ferrara: Trên thực tế, có hai công tước, Ercole d'Este (1431-1505), người đã mất lãnh thổ vào tay người Venice vào năm 1484 và người kế vị của ông, Alfonso d'Este (1476-1534), người đã nắm giữ quyền lực bất chấp sự phản đối của ba vị giáo hoàng khác nhau. Gia đình d'Este đã cai trị Ferrara trong gần 400 năm.

4. Giáo Hoàng Julius II: Kế vị Giáo hoàng Alexander XI, sự chú ý vì sự bảo vệ của ông đối với các quyền lực thế tục và tinh thần của nhà thờ công giáo.

5. Vua Louis XII (1462-1515): Kẻ xâm lược nước Ý và người trực tiếp cai trị nước ngoài ngay trước thời điểm

cuốn sách The Prince được viết. Vua Louis XII kế vị Vua Charles.

6. Lodovico Sforza (1451-1508): Con trai của Francesco Sforza và từng là công tước của Mỹ Lan. Ông khuyến khích vua Charles VIII của Pháp xâm lược Ý.

7. Người Aetolian và người Achaean là đối thủ của các quốc gia Hy Lạp. Vào khoảng năm 211 trước công nguyên, người Aetolian yêu cầu người La Mã giúp họ chiến đấu chống lại Phillip đệ ngũ của Macedon. Người La Mã đã đánh bại Phillip và vài năm sau, đánh bại người Aetolian và đồng minh của họ, Antiochus III của Syria, đã tỏ ra hiệu quả trong việc chiếm Hy Lạp.

8. Vua Charles VIII: Nhà cai trị của Pháp, người đã chinh phục Ý theo sự thúc giục của Ludovico Sforza nhưng nhanh chóng bị trục xuất.

9. Giáo Hoàng Alexander VI (Rodrigo Borgia): Nhà lãnh đạo tham nhũng và suy đồi đã không ngần ngại đưa những kẻ khốn nạn vào các vị trí quyền lực.

10. Darius (280-330 BC): Vua của Ba Tư, một trong những lãnh thổ mà Alexander đại đế chinh phục.

11. Alexander the Great (356-323 B.C.E.): Vua của Macedonia và là một trong những người chinh phục vĩ đại của thế giới cổ đại.

12. Girolamo Savonarola (1452-1498): Tu sĩ Dominica, nhà truyền giáo tiền định và nhà tiên tri, đã cai trị Florence sau khi gia đình Medici bị tước quyền lực.

13. Hiero còn được gọi là Hieron II, vua của Syracuse (khoảng 271-216 trước Công nguyên). Ông đã chỉ

huy quân đội Syracusan và thành công đến nỗi ông được người dân chọn làm vua.

14. Cesare Borgia: Con trai của Alexander VI, công tước Valentinois của Pháp và là người chinh phục vùng Romagna ở Ý. Machiavelli cho ví dụ điển hình về một hoàng tử lý tưởng.

15. Orsini và Colonna đối đầu với các gia đình thuộc tầng lớp quý tộc La Mã, cả hai đều có quyền lực lớn trong nền chính trị Ý. Đặc biệt, gia đình Orsini là đối thủ cay đắng của Borgia và Cesare Borgia đã ra lệnh giết ít nhất ba thành viên của gia đình Orsini.

16. College of Cardinals: Một hội đồng chịu trách nhiệm bầu người kế vị khi giáo hoàng đương nhiệm qua đời.

17. Agathocles (khoảng 361-289 TCN) là vua của Syracuse, bị trục xuất khỏi Syracuse vì quyền lực và danh vọng của mình. Ông trở lại nhờ sự can thiệp của Hamilcar, thủ lĩnh của các đồng minh của Syracuse, người Carthage. Một cuộc đảo chính quân sự diễn ra sau đó, trong đó Agathocles giết hoặc trục xuất các nhà tài phiệt cai trị thành phố.

18. Oliverotto da Fermo (c. 1475-1503): Machiavelli mô tả chính xác cách ông ta sử dụng sức mạnh. Ngay sau đó, ông bị các đội trưởng của Cesare Borgia tham gia vào một âm mưu nhằm hạn chế sức mạnh ngày càng tăng của Borgia. Nhóm này bao gồm Vitellozzo Vitelli, anh trai của cố vấn của Oliverotto, Paolo Vitelli. Giả vờ hòa giải với họ, Borgia dụ những kẻ chủ mưu đến một cuộc họp ở Senigallia, nơi ông ta giết họ.

19. Nabis, người cai trị Spartan (khoảng năm 207-192 trước Công nguyên): Machiavelli có thể đã phóng đại

thành công của Nabis, nhưng Nabis đã đưa ra nhiều cải cách xã hội.

20. Anh em Gracchi Tiberius (166-133 TCN) và Gaius Gracchus (154-121 TCN): Các quan chức La Mã đã thiết lập nhiều cải cách xã hội và bị giết bởi các đối thủ quý tộc.

21. Messer Giorgio Scali là thủ lĩnh của cuộc nổi dậy Ciompi (công nhân len) ở Florence vào năm 1378. Hiệp hội công nhân len nắm giữ một số quyền lực chính trị, nhưng các nhà lãnh đạo, bao gồm cả Scali, nhanh chóng bị lật đổ và sau đó bị hành quyết.

22. Các thành phố của Đức là đế chế La Mã thần thánh, một liên minh lỏng lẻo của các quốc gia bao gồm hầu hết những gì hiện nay là Đức, cũng như các phần của Ý và Pháp. Trong thời đại Machiavelli, đế chế bao gồm hơn 70 thành phố hoàng gia, các thành phố này thực thi mức độ phục tùng ngày càng thấp đối với Hoàng đế, Maximilian I.

23. Giáo hoàng Leo X (Giovanni de Medici): Giáo hoàng tại thời điểm của The Prince được viết. Cuộc bầu cử của ông đã dẫn đến việc Machiavelli được ra tù. Ông trở thành Giáo hoàng năm 1513. Chính trong đợt tổng ân xá kỷ niệm cuộc bầu cử của ông, Machiavelli đã được ra tù. Giáo hoàng Leo sau đó đã giải tán Martin Luther, nhà cải cách của đạo Tin lành.

24. Thành phố cổ Carthage ở phía bắc châu Phi, được thành lập bởi người Phoenicia gần địa điểm hiện đại của Tunis và bị phá hủy bởi người La Mã, được người La Mã xây dựng lại và bị người Ả Rập phá hủy.

25. Epaminondas là một vị tướng Theban nổi tiếng. Philip II của Macedonia (382-336 TCN) không phải là lính đánh thuê mà là đồng minh của Thebans.

26. Filippo Maria Visconti (1392-1447), công tước của Mỹ Lan. Sự gia tăng quyền lực của Francesco Sforza ở Mỹ Lan được mô tả trong Chương 2.

27. Nữ hoàng Giovanna II của Naples (1371-1435): Vụ án liên quan đến tranh chấp giữa Giovanna và Muzio Attendolo Sforza (1369-1424). Sforza ủng hộ Anjou của Louis III với tư cách là người kế vị của Giovanna trong khi bà ủng hộ Alfonso V, vua của Aragon.

28. Paolo Vitelli (khoảng 1459-1499) lãnh đạo những người lính đánh thuê làm việc cho Florentines. Các nhà chức trách của Florence trở nên nghi ngờ về hành vi của ông ta trong cuộc chiến chống lại Pisa và khiến ông ta bị xử tử.

29. Thành phố Vailà nơi Liên bang Cambrai, bao gồm các lực lượng của Julius II và Louis XII, đánh bại Venezia vào năm 1509.

30. Alberigo da Cunio (1348-1409) là bá tước Cunio. Ông thành lập nhóm St. George, công ty đầu tiên của lính đánh thuê người Ý.

31. Constantinople là tên cũ của Istanbul. Thủ đô của đế chế Byzantine. Trong cuộc nội chiến, hoàng đế yêu cầu người Ottoman can thiệp. Constantinople rơi vào tay đế chế Ottoman năm 1453.

32. Đa-vít là vị vua vĩ đại của người Do Thái, chỉ là một cậu bé chăn cừu, khi cậu chiến đấu cho vua Sau-lơ chống lại người khổng lồ Phi-li-tin, Gô-li-át. Việc Đa-

vít từ chối áo giáp của Sau-lơ xuất hiện trong 1 Sa-mu-ên 17: 38-40.

33. Người Goth là người Đức, họ đã xâm lược và chinh phục hầu hết đế chế La Mã.

34. Philopoemen (253-184 TCN): Người Hy Lạp và lãnh đạo Liên đoàn Achaea; ông đã đánh bại Nabis the Spartan nhiều lần.

35. Hannibal (247-183 TCN): Tổng thống Carthage - vượt dãy Alps để xâm lược Ý năm 218. Ông bị Scipio Africanus đánh bại vào năm 202 TCN. Fabius Maximus, người bảo thủ hơn trong chiến thuật của mình so với Scipio, cũng chiến đấu chống lại Hannibal.

36. Chiron khôn ngoan nhất trong tất cả các nhân mã (nửa người nửa ngựa), nổi tiếng với kiến thức về y học. Ông là thầy của Asclepius, Achilles và Hercules.

37. Guelph ủng hộ lợi ích của giáo hoàng. Đối thủ của họ, Ghibelline, là những người ủng hộ Đế Chế La Mã Thần Thánh.

38. Niccolò Vitelli (1414-1486) lãnh đạo đội lính đánh thuê, cha của Paolo và Vitellozo Vitelli. Ông trở thành thủ lĩnh của Città de Castello và phá hủy một số pháo đài được xây dựng ở đó bởi đối thủ của ông, giáo hoàng Sixtus IV.

39. Nữ bá tước xứ Forli Caterina Sforza Riario (1463-1509): Chồng bà là Girolamo Riario (1443-1488). Các cuộc đàm phán với Caterina là chủ đề trong nhiệm kỳ ngoại giao đầu tiên của Machiavelli vào tháng 7 năm 1499. Khi chồng bà bị ám sát, bà đã chống lại cuộc nổi loạn tại một trong những pháo đài của mình cho đến khi được người chú, Ludovico Sforza ở Mỹ Lan,

giúp đỡ. Khi Cesare Borgia xâm lược vào cuối năm 1499, người dân của bà chào đón Cesare và một lần nữa nổi dậy chống lại bà, và buộc bà phải đầu hàng mặc dù bà đang bảo vệ pháo đài của mình.

40. Người Moor là cư dân Hồi giáo ở Tây Ban Nha. Moors xâm lược Tây Ban Nha từ Bắc Phi vào đầu thế kỷ thứ tám và kiểm soát phần lớn Tây Ban Nha cho đến khi Ferdinand đuổi họ ra khỏi cuộc tái chiếm, hoàn thành vào năm 1500. Ferdinand trục xuất người Do Thái cùng lúc với mong muốn biến Tây Ban Nha thành một nước thuần túy. Quốc gia theo đạo thiên chúa. Machiavelli ngụ ý rằng đây là một chiến dịch chính trị thuần túy được thực hiện với mục đích tôn giáo.

41. Bernabò Visconti (1323-1385), người cai trị Mỹ Lan, nổi tiếng là sử dụng hình phạt kỳ quái.

42. Antonio Giordani là một luật sư làm việc với tư cách là bộ trưởng của Pandolfo Petrucci, người cai trị Siena.

43. Hoàng đế Maximilian I (1459-1519), người cai trị Đế Chế La Mã Thần Thánh. Cha Luca Raimondi là một trong những cố vấn của ông. Machiavelli đã có cơ hội quan sát Maximillian khi họ đến thăm triều đình của Maximillian trong một sứ mệnh ngoại giao từ năm 1507 đến năm 1508.

44. Philip of Macedon - Philip V (238-179 TCN), vua của Macedon. Ông bị đánh bại vào năm 197 trước công nguyên bởi Titus Quintus Flaminius, một vị tướng La Mã tại Cynoscephalae.

45. Nói về *Lorenzo Di Piero De Medici* - Lorenzo de Medici là cháu trai của Lorenzo the Magnificent. Vị trí của hoàng tử được dành riêng cho ông ta. Gia

đình Medici là những công dân quyền lực nhất của Florence, lãnh đạo của ngân hàng lớn nhất châu Âu và thông qua các liên minh hôn nhân chiến lược, đã gia nhập nhiều gia đình hoàng gia châu Âu.

Các Sách Hữu Ích

1. Baldesar Castiglione, *The Book of the Courtier*, Penguin Classics, 1976.

2. Ban Hoằng Pháp, *Chú Nghĩa: Loạt Bài Huấn Luyện Đạo Đức Nơi Ngôi Tây An Cổ Tự*, Ấn Quán Thương Binh, 1963.

3. F.X. Tân Yên Nguyễn Hùng Oánh, *Thần Học Giáo Dân*, NSTTĐM, 1981.

4. Jackques Bergier, *Tình Báo Khoa Học*, Dịch bởi Bùi Nguyên Hiếu & Nguyễn Chi Phương, 1992.

5. Khương Lữ Vọng, *Thái Công Binh Pháp*, Dịch bởi Lê Xuân Mai, Thanh Hóa, 1996.

6. Lê Xuân Mai, *Tư Mã Binh Pháp*, Thanh Hóa, 1997.

7. Linh Giang, *Thuật Chính Trị Cổ Kim*, Đại Nam.

8. Lưu Minh Sơn, *Thập Nhị Binh Thư*, Văn Hóa Thông Tin, 2002.

9. Ma Trọng Thẩm, *Binh Pháp*, 2021.

10. Ma Trọng Thẩm, *Ngũ Luận và Những Ghi Chép Khác*, 2021.

11. Ma Trọng Thẩm, *On The Soldier's Path*, 2020.

12. Ma Trọng Thẩm, *The Five Spheres and Other Writings*, 2020.

13. Mã Anh Kiệt, *Tôn Ngô Binh Pháp Toàn Thư*, Đại Nam.

14. Nghiêm Xuân Hồng, *Lịch Trình Diễn Tiến Của Phong Trào Quốc Gia Việt Nam*, Đại Nam.

15. Nguyễn Hiến Lê, *Hàn Phi Tử*, Văn Hóa, 1995.

16. Nguyễn Tử Quang, *Chính Trị Cổ Nhân*, Đại Nam, 1957.

17. Niccolo Machiavelli, *The Art of war*, Dịch bởi Arte Della Guerra, Da Capo Press, Inc., Original printed in 1521.

18. Niccolo Machiavelli, *The Prince And Other Writings*, Dịch bởi W.K. Marriott, Fall River Press, 2008.

19. Niccolo Machiavelli, *The Prince And The Discourses*, Random House, Inc., 1950.

20. Roger Fisher, *Beyond Machiavelli*, Elizabeth Kopelman & Andrea Kupper Scheider, Penguin Books, 1994.

21. Sài Vũ Cầu, *Mưu Lược Gia Tinh Tuyển*, Tập 1, 2, 3, 4, 5, 6, 7, Công An Nhân Dân, 1999.

22. Stanley Bing, *What Would Machiavelli Do?*, MJF Books, 2000.

23. Trần Hưng Đạo, *Binh Thư Yếu Lược*, Dịch bởi Nguyễn Ngọc Tỉnh, Quê Mẹ Paris, 1988.

24. William J. Duiker, *The Communist Road to Power in Vietnam*, 2nd Edition, Westview Press, 1996.

www.ingramcontent.com/pod-product-compliance
Lightning Source LLC
Chambersburg PA
CBHW052115030426
42335CB00025B/2994